JN417404

베트남어 중급

베트남어로 만나는 베트남 문화

이 교재는 2017년도 한국외국어대학교 학술연구조성비에 의해 이루어진 것임

Tiếng Việt và Văn Hoá Việt Nam

베트남어 중급

베트남어로 만나는 베트남 문화

| 전혜경 · Đỗ Hồng Dương 지음 |

HU:iNE

머리말

이 교재는 한국외국어대학교 지식출판원에서 출간된 〈베트남어 첫걸음〉의 후속 교재로 기획된 베트남어 중급교재입니다. 기획단계에서부터 이 교재는 전세계적으로 문화소통이 화두로 대두되는 현 시점에서 베트남 실용회화에 한국과 베트남의 비교 문화적 소재를 접목시키고자 노력하였습니다. 따라서 첫걸음 교재를 통해 베트남어를 익힌 학생들이나 혹은 기업체 임직원들에게 베트남 언어를 통한 문화, 문화를 통한 베트남 언어를 학습하도록 하여 베트남어 회화 및 베트남 문화를 동시에 이해할 수 있도록 꾸며졌습니다.

이 교재의 내용을 보면 다음과 같습니다.

1. 목차는 하노이 인문사회과학대학교의 Đỗ Hồng Dương 교수님과 의논하여 한국과 베트남에서 꼭 알아야 할 기본 문화적 요소를 기반으로 구성하고 언어문화의 비교적 시각에서 베트남어 회화를 학습할 수 있도록 하였습니다.
2. 따라서 문화적 소재를 회화로 구성하여 매 과의 앞에 두고 베트남에서 직면할 수 있는 다양한 상황과 표현을 학습할 수 있게 하였습니다.
3. 문화의 비중을 둔 교재에서 지나칠 수 있는 문법 부분의 해설을 심도있게 다루고 회화, 문법, 단어 모두 반복 학습할 수 있게 연습문제를 두었습니다.
4. 독해 부분은 회화에서 이미 다루었던 베트남의 문화적 소재를 한국의 문화적 소재와 함께 다루어 실제 비교가 가능하도록 구성하였고, 관련한 연습문제를 뒤에 구성하여 문화 내용을 한 번 더 정리할 수 있게 하였습니다.

5. 이 교재는 정형적인 베트남어 회화 및 문법의 틀에 맞춘 베트남어 언어 교재를 넘어 베트남인과의 문화소통이 가능한 베트남어 언어문화 회화 교재로 자리매김 할 수 있도록 하였습니다.

끝으로 이 교재의 교정 및 부록 구성에 도움을 준 서울대학교 아시아언어문명학부 이현정 강사, 바쁜 중에도 몇 차례의 교정을 맡아 준 한국외국어대학교 일반대학원 인도-아세안어문번역학과의 하동환 연구생 및 외국어로서의 한국어교육 전공의 Phạm Tiên Long 연구생에게 깊은 감사를 드립니다. 또한 출판을 맡아준 한국외국어대학교 지식출판원에도 심심한 감사를 올립니다.

2017년 12월 저자

머리말

Đây là cuốn giáo trình trung cấp Tiếng Việt được biên tập tiếp sau cuốn <Tiếng Việt dành cho người bắt đầu> đã được NXB trường Đại học Ngoại ngữ Hàn Quốc xuất bản trước đây. Trong thời điểm khi sự giao tiếp văn hoá trên toàn thế giới đang trở thành vấn đề quan trọng như hiện nay, tác giả đã cố gắng để gắn kết những yếu tố văn hóa so sánh của Hàn Quốc và Việt Nam vào nội dung hội thoại thực dụng Tiếng Việt. Cuốn sách sẽ giúp cho những học sinh hoặc nhân viên các doanh nghiệp — những người đã được làm quen với Tiếng Việt thông qua cuốn <Tiếng Việt dành cho người bắt đầu> trước đó có thể học văn hóa thông qua ngôn ngữ Tiếng Việt và học Tiếng Việt thông qua văn hóa. Nhờ đó giúp người học có thể vừa hiểu rõ về hội thoại tiếng Việt vừa hiểu hơn về văn hóa Việt .

Nội dung của cuốn sách này như sau:

1. Sau khi cùng thảo luận với cô Đỗ Hồng Dương là giảng viên của trường Đại học Khoa học Xã hội và Nhân văn, phần mục lục bao gồm nội dung là các yếu tố văn hóa cơ bản cần biết của Hàn Quốc và Việt Nam để giúp người học có thể học các bài hội thoại Tiếng Việt dưới góc nhìn so sánh văn hóa ngôn ngữ giữa hai nước.
2. Các bài hội thoại được cấu tạo dựa trên yếu tố văn hóa xuất hiện ở ngay đầu của mỗi bài học sẽ giúp người học có thể học được các biểu hiện ngữ pháp, các tình huống đa dạng có thể gặp phải ở Việt Nam.

3. Tuy là cuốn sách đặt trọng tâm về văn hóa nhưng các phần ngữ pháp quan trọng vẫn được giải thích một cách cụ thể và có những câu hỏi luyện tập ở cuối bài để người học có thể luyện tập lại các từ vựng, ngữ pháp, bài hội thoại đã học.
4. Phần đọc hiểu bao gồm các nội dung về văn hóa của Việt Nam và Hàn Quốc đã xuất hiện trong bài hội thoại để người học có thể so sánh một cách cụ thể và thực tế. Ngoài ra, những câu hỏi luyện tập liên quan sẽ được đặt ở phía sau để người học có thể tổng hợp lại nội dung về văn hóa đã học một lần nữa.
5. Cuốn sách này không đơn thuần chỉ là một giáo trình ngôn ngữ Tiếng Việt mang tính dập khuôn về hội thoại và ngữ pháp mà là một giáo trình hội thoại về ngôn ngữ, văn hóa bằng Tiếng Việt giúp người học có thể giao tiếp văn hoá với người Việt Nam.

Lời cuối cùng, xin được gửi lại cảm ơn sâu sắc tới cô Lee Hyeon Jeong là giảng viên Khoa Ngôn ngữ văn minh châu Á - Trường Đại học Quốc gia Seoul đã hiệu đính và biên tập nội dung phần Phụ lục, nghiên cứu sinh Ha Dong Hwan Khoa Biên dịch ngữ văn Ấn Độ - Châu Á cùng nghiên cứu sinh Phạm Tiến Long Khoa Sư phạm Tiếng Hàn — Trường Đại học Ngoại ngữ Hàn Quốc đã dành thời gian để chỉnh sửa và hiệu đính cuốn sách này. Và cũng xin được gửi lời cảm ơn chân thành tới NXB trường Đại học Ngoại ngữ Hàn Quốc đã xuất bản cuốn sách này.

Tác giả, tháng 12 năm 2017

Tiếng Việt và Văn Hoá Việt Nam

Contents

BÀI 1

ĐỊA LÝ VIỆT NAM

I. HỘI THOẠI

Lee: Mùa hè năm nay mình định đi **xuyên Việt**.

Nga: Bạn định đi với ai?

Lee: Mình đi với gia đình. Bố mẹ mình sẽ sang Việt Nam thăm mình vào tháng 7.

Nga: Bạn nên lên kế hoạch cụ thể. Tháng 7 là mùa mưa, nhiều nơi mưa to lắm.

Lee: Thế bạn **tư vấn** cho mình nhé. Mình rất thích biển.

Nga: Bạn nên đi vào tháng 6 hoặc đầu tháng 7 thì tốt hơn. Phía đông và phía nam Việt Nam đều là biển, nên đi du lịch biển ở Việt Nam rất thích. Ở miền Bắc, bạn có thể đi Vịnh Hạ Long, biển Đồ Sơn, Sầm Sơn. Vào miền Trung, bạn có thể đi Đà Nẵng, Nha Trang, Mũi Né. Miền Nam thì có Vũng Tàu, Phú Quốc. Nhiều lắm! Đó đều là các bờ biển rất đẹp, không chỉ nổi tiếng ở Việt Nam mà còn nổi tiếng trên thế giới.

Lee: Tuyệt quá. Mình rất thích nằm trên **bãi cát** ngắm biển và đi bơi nữa. Nhưng mẹ mình không thích biển lắm, vì mẹ mình không biết bơi.

Nga: Thế thì bạn có thể đưa bố mẹ đi vùng núi của Việt Nam. Vùng núi chiếm ¾ diện tích Việt Nam đấy. Ở miền Bắc có thể đi Sapa, một **thị trấn** ở Tây Bắc, tuy nhỏ nhưng khí hậu rất tuyệt vời. Ở Trung Bộ, có thể tham quan vùng cao nguyên. Thành phố Đà Lạt đẹp và **thơ mộng** là một địa điểm rất nên đi.

Lee: Nhiều nơi quá, nơi nào cũng đẹp. Nếu muốn đi khắp nơi, có lẽ mình phải mất 2 tháng.

Nga: Bạn chỉ nên lựa chọn một số nơi thôi. Nhưng hai nơi không thể không đi, đó là Hà Nội và thành phố Hồ Chí Minh. Hà Nội là thủ đô, trung tâm chính trị, văn hoá của cả nước. Còn thành phố Hồ Chí Minh là trung tâm kinh tế, là một thành phố rất hiện đại và **năng động**. Bạn có thể bay từ Hà Nội vào thành phố Hồ Chí Minh, sau đó đi xe ô tô đến các địa điểm khác.

Lee: Cảm ơn bạn, bạn cho mình rất nhiều thông tin hết sức **hữu ích**. Mình sẽ lên kế hoạch cụ thể và hỏi bạn thêm nhé.

Nga: Mình rất **sẵn lòng**.

xuyên Việt	베트남 일주	thơ mộng	시적인
tư vấn	상담하다	năng động	능동적인
bãi cát	모래사장	hữu ích	유익한
thị trấn	읍(도시)	sẵn lòng	기꺼이, 준비된

II. CHÚ THÍCH NGỮ PHÁP

1 Về mặt ~ (~ 면에서 / ~관점에서)

Cụm từ về mặt mang nghĩa chỉ ra chủ đề hoặc nhấn mạnh một khía cạnh/vấn đề được nói hoặc viết đến:

(về mặt은 언급된 문제 또는 관점에 대해 강조하거나 주장을 드러내기 위해 사용된다.)

VD : - Về mặt kinh tế (경제적 관점에서)

- Về mặt học tập (학습면에서)

- Nước này rất mạnh về mặt quân sự. (이 나라는 군사적 측면에서 매우 강력하다.)

2 Cấu trúc "tính từ + số từ + sau" (형용사 + 수사 + sau 구문)

VD : Khu vực đông dân thứ hai ở miền Bắc sau đồng bằng sông Hồng.

(홍강 삼각주는 북쪽에서 두번째로 붐비는 지역이다.)

Ở Trung Quốc, thủ đô Bắc Kinh là thành phố lớn thứ hai sau Thượng Hải.

(중국에서 북경은 상해 다음으로 두번째 큰 도시이다.)

3 Hết sức (완전히 / 최고로)

Hết sức là một phụ từ, chỉ mức cao nhất, không thể cao hơn được nữa (đồng nghĩa với "vô cùng").

(Hết sức은 부사로써, 더 이상 높은 강도가 없음을 표현할 때 사용된다. (vô cùng(무궁한)과 동의어))

VD : Hết sức thuận lợi (완전 편리한)

Hết sức khó khăn (매우 어려운)

4 hơn + nhiều (~에 비해 많이 / ~ 보다 더)

Khi so sánh với mức độ hơn *nhiều*, thì từ nhiều được đặt ở cuối câu (sau đối tượng so sánh).

(너 큰 차이를 나타내는 비교에서 nhiều를 문장 끝에 사용한다. (비교대상 뒤))

VD: Chị ấy xinh hơn em gái nhiều. (그녀는 여동생보다 더 예쁘다.)

Thành phố New York lớn hơn thành phố Albany nhiều.

(뉴욕은 알바니보다 더 큰 도시이다.)

5 Hơn cả (최상급)

Hơn cả mang nghĩa so sánh cực cấp trong tiếng Việt.

(Hơn cả는 베트남어에서 최상급 비교를 의미한다.)

VD : tốt hơn cả, khó khăn hơn cả, đẹp hơn cả (가장 잘하는, 가장 어려운, 가장 예쁜)

Có thể dùng thay thế cho *nhất*. (nhất으로 대체할 수 있다.)

VD : Quan trọng hơn cả = quan trọng nhất. (가장 중요한)

BÀI TẬP

1. Sử dụng "hơn cả" để viết lại các câu sau đây.

1) Trong gia đình, mẹ là người yêu thương em nhất.

2) Mặc dù khó khăn nhưng anh ấy là người cố gắng nhiều nhất để đạt được thành công.

3) Em nghĩ anh nên chọn cái áo này vì nó đẹp nhất.

4) Tôi nghĩ trong số các món ăn Việt Nam thì bún chả là ngon số một.

5) Anh có biết cái xe nào dễ đi nhất không?

2. Sử dụng "hết sức" hoặc "hơn cả" để điền vào chỗ trống.

1) Khi anh ấy bị ngã, chị ấy đã   bình tĩnh đưa anh ấy vào bệnh viện.

2) Em chán lắm, không muốn làm nữa. Việc này khó khăn   .

3) Truyện nào đọc hay   hả anh?

4) Trong mấy ngày làm việc thì em thấy hôm nay làm việc mệt   .

5) A lô, em đang ở đâu? Em đến đây ngay đi, ở đây vui   .

3. Dùng cấu trúc "tính từ + số từ + sau" để viết lại các câu sau theo mẫu.

Mẫu

Trong lớp học này, bạn Nga học giỏi nhất, bạn Minh học giỏi thứ hai.

→ Trong lớp học này, bạn Minh học giỏi thứ hai sau bạn Nga.

1) Trong gia đình em, bố em cao nhất, sau đó là anh trai em.

2)Trong triển lãm này, tôi nghĩ tranh của cô ấy là đẹp nhất, tranh của em đẹp thứ hai.

3) Fansipan là ngọn núi cao nhất Việt Nam, Putaleng là ngọn núi cao thứ hai.

4) Ở Việt Nam, thành phố Hồ Chí Minh đông dân nhất, thành phố Hà Nội đông dân thứ hai.

5) Ở Hà Nội, hồ Tây lớn nhất, hồ Gươm lớn thứ hai.

III. BÀI ĐỌC

1. Vị trí địa lí và đặc điểm địa hình của Việt Nam

Nước Việt Nam nằm ở phía đông bán đảo **Đông Dương**, có hình chữ S, phía bắc giáp Trung Quốc, phía tây giáp Lào và Campuchia, phía đông và phía nam **giáp với** biển Đông. Việt Nam có diện tích 329.315 km^2 (ki-lô-mét vuông) và dân số khoảng 90.5 triệu người.[1)]

Địa hình Việt Nam rất đa dạng, bao gồm các **kiểu** địa hình như miền núi, cao nguyên, **trung du**, và đồng bằng. Trong đó, ¾ diện tích Việt Nam là **đồi núi**, chủ yếu là đồi núi thấp. Ở miền Bắc có dãy Hoàng Liên Sơn, nơi có đỉnh Fansipan cao nhất Việt Nam (3.141m). Miền Trung có dãy Trường Sơn **chạy** từ sông Mã đến ranh giới giữa Trung Bộ và Nam Bộ.

Việt Nam có hai đồng bằng lớn là đồng bằng Bắc Bộ do **phù sa** sông Hồng và sông Thái Bình **tạo nên** (còn được gọi là đồng bằng Sông Hồng), và đồng bằng Nam Bộ (đồng bằng sông Cửu Long). Ngoài ra còn có **dải** đồng bằng **ven** biển miền Trung, còn gọi là đồng bằng **duyên hải** miền Trung.

Việt Nam có rất nhiều sông, hầu hết là sông ngắn.

Hướng sông chủ yếu chảy từ Tây sang Đông, từ Tây Bắc xuống Đông

1) Theo số liệu năm 2014

Nam. Bờ biển Việt Nam hình chữ S, chiều dài từ Móng Cái đến biên giới Campuchia khoảng 3.000km. **Dọc** bờ biển Việt Nam có rất nhiều bãi biển đẹp nổi tiếng như Nha Trang, Đại Lãnh... Ngoài ra, người ta còn đang thăm **dò** dầu lửa và khí đốt ở bãi biển miền Nam.

2. Vị trí địa lí và đặc điểm địa hình Hàn Quốc

Hàn Quốc là một đất nước xinh đẹp nằm ở phía Nam bán đảo Triều Tiên, một bán đảo **trải dài** 1.100 km từ bắc đến nam, ở phần đông bắc của lục địa châu Á. Phía bắc bán đảo giáp với Trung Quốc và Nga, phía đông là biển Đông, xa hơn về phía đông là Nhật Bản. Biển **đóng một vai trò** quan trọng trong đời sống của nhân dân Hàn Quốc và góp phần không nhỏ vào ngành công nghiệp đóng tàu và hàng hải.

Địa hình Hàn Quốc phân hoá thành hai vùng **rõ rệt**: vùng rừng núi chiếm khoảng 70% ở phía Đông, và vùng đồng bằng duyên hải ở phía Tây và phía Nam. Dãy Taebaeksan chạy suốt chiều dài bờ biển phía đông. **Sườn** phía Tây và Nam bán đảo bằng phẳng hơn với những vùng đồng bằng và đảo ngoài **khơi** tạo thành những vịnh nhỏ. **Bãi bồi** ven biển Saemangeum là bãi bồi ven biển lớn thứ 2 trên thế giới. Hàn Quốc nổi tiếng với những dòng sông, những ngọn núi **kì vĩ**. Núi Baekdusan, **ngọn** núi cao nhất nằm ở miền bắc bán đảo Triều Tiên là ngọn núi lửa đã ngừng hoạt động. Ngọn núi này được coi là biểu tượng của tinh thần Hàn Quốc và được nhắc đến trong bài quốc ca.

giáp với	접해있다	dọc	나란히
kiểu	양식	dò	탐지하다
trung du	구릉지	trải dài	길게 뻗치다
đồi núi	산	đóng một vai trò	역할을 하다
chạy	달리다, 이어지다	rõ rệt	분명한
phù sa	충적토	sườn	산허리
tạo nên	조성하다	khơi	광활한 바다
dải	띠	bãi bồi	범람원
ven	~을 따라가다	kì vĩ	거대한
duyên hải	연해	ngọn	산을 세는 단위명사

IV. LUYỆN TẬP

1. Dựa vào bài đọc 1, hãy trả lời các câu hỏi sau.

1) Việt Nam có vị trí địa lý như thế nào?

2) Diện tích và dân số của Việt Nam là bao nhiêu?

3) Vì sao nói "địa hình Việt Nam rất đa dạng"?

4) Đồng bằng Bắc Bộ do phù sa của những con sông nào tạo nên?

5) Dải đồng bằng ven biển miền Trung còn có tên gọi khác là gì?

2. Hãy chọn các từ ngữ thích hợp để điền vào chỗ trống trong các câu sau.

diện tích	cao nguyên
trung du	phù sa
chảy	dọc

1) Seoul có   chỉ 605 km^2, nhưng lại là một trong những thành phố có mật độ dân số cao nhất thế giới.

2) Đà Lạt là một thành phố rất hấp dẫn khách du lịch bởi vẻ xinh đẹp và khí hậu trong lành, mát mẻ của vùng   .

3) Nước sông Hồng vào mùa lũ có màu đỏ của   , cho nên mới được gọi là sông Hồng (hồng, nghĩa là đỏ).

4) Sông ngòi ở Việt Nam chủ yếu   từ Tây sang Đông, từ Tây Bắc xuống Đông Nam.

5) Sáng sớm và chiều muộn là hai khoảng thời gian đẹp nhất để đi   bờ biển, ngắm thủy triều và mặt trời mọc / mặt trời lặn.

6)   là miền đất ở khoảng giữa lưu vực một con sông, đối lập với thượng du và hạ du.

3. Dựa vào bài đọc 2, hãy trả lời các câu hỏi sau.

1) Hãy nêu vị trí địa lý của bán đảo Triều Tiên.

2) Địa hình của Hàn Quốc có đặc điểm gì?

3) Địa hình Hàn Quốc phân hoá thành mấy vùng? Đó là những vùng nào?

4) Có phải bãi bồi ven biển Saemangeum lớn nhất thế giới không?

5) Bạn hãy giới thiệu về ngọn núi Baekdusan.

BÀI TẬP TỰ CHUẨN BỊ

1) Bạn hãy tìm trên bản đồ các tỉnh nằm trong đồng bằng sông Hồng và các tỉnh nằm trong đồng bằng sông Cửu Long.

2) Sưu tầm một số hình ảnh đẹp về vùng núi và vùng biển ở Việt Nam. Giới thiệu với cả lớp về các hình ảnh đó.

BẢN ĐỒ VIỆT NAM

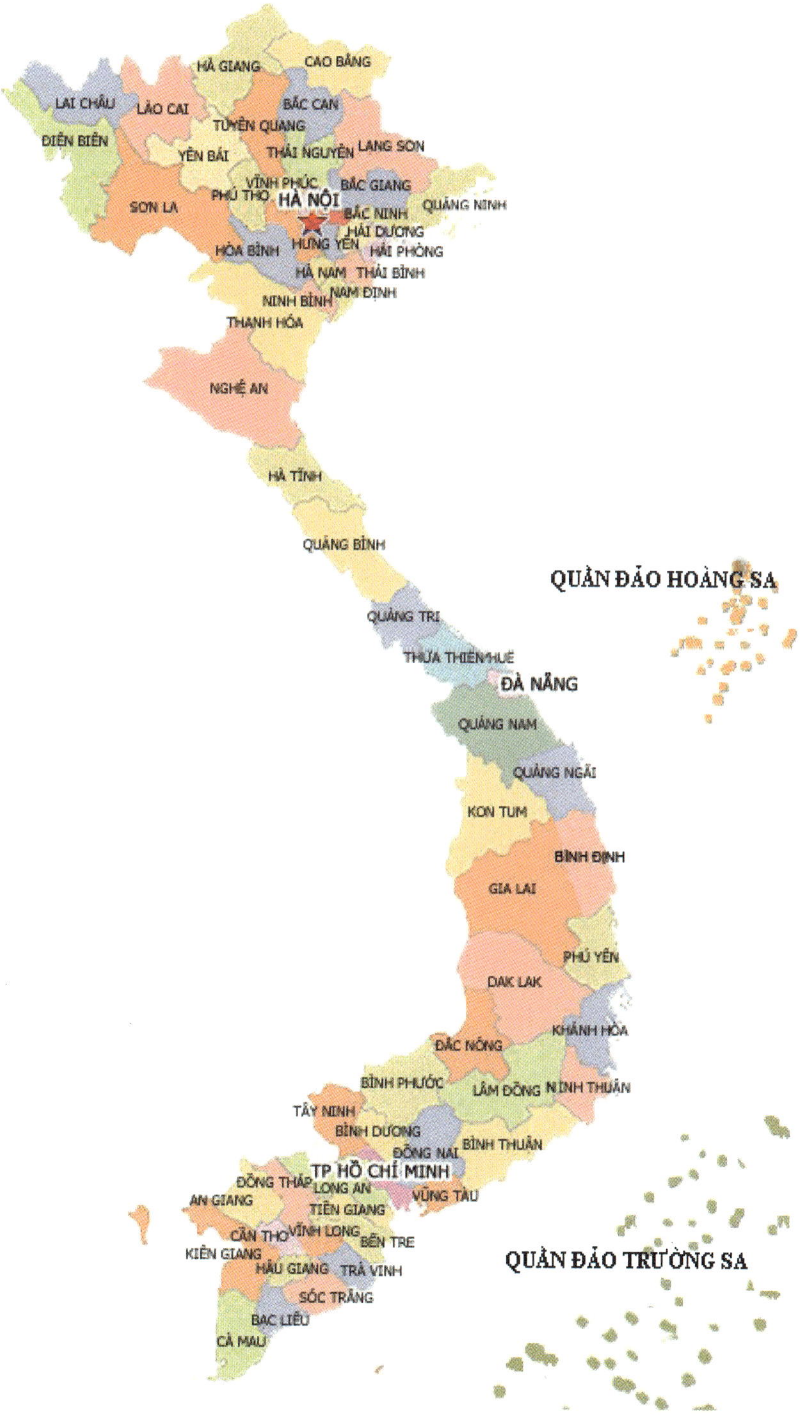

BÀI 2

HÀ NỘI

I. HỘI THOẠI

Trung: Hôm nay trời đẹp quá, Lee có muốn đi thăm phố cổ Hà Nội không?

Cầu Thê Húc và Đền Ngọc Sơn

Lee: Ôi thích quá, mình đi bằng gì hả Trung?

Hoa: Mình sẽ đi thăm phố cổ Hà Nội bằng xe điện. Ngày xưa, khách du lịch thường thăm phố cổ bằng xe xích lô, nhưng bây giờ có cả **xe điện** nữa.

Lee: Mình sẽ đi những đâu?

Hoa: Mình sẽ đi tất cả những nơi Lee thích.

(Lee và Trung ngồi trên xe điện)

Lee: Đây là Hồ Gươm phải không Hoa?

Hoa: Ừ, đúng rồi. Đây là Hồ Gươm. Kia là Tháp Rùa. Còn kia là Cầu Thê Húc và Đền Ngọc Sơn.

Lee: Trên cầu Thê Húc có nhiều người quá. Họ vừa đi chơi vừa chụp ảnh.

Hoa: Ở Hồ Gươm có con rùa rất to. Con rùa ấy đã sống ở đây rất lâu rồi. Người ta gọi là "**cụ** rùa".

Mọi người thường nghĩ là nếu ai nhìn thấy cụ rùa thì

người đó sẽ rất may mắn.

Lee: Hay quá. Hi vọng mình sẽ được nhìn thấy cụ rùa.

Hoa: Đây là phố Tràng Tiền, ở phố này có kem Tràng Tiền rất ngon và nổi tiếng.

Lee: Mình đã ăn kem Tràng Tiền rồi. Vừa ngon vừa rẻ.

Hoa: Kia là Nhà hát lớn. Bên cạnh Nhà hát lớn có quán cà phê Highland cũng rất nổi tiếng.

Lee: Ôi thích quá. Mình rất thích cà phê, đặc biệt là cà phê Việt Nam.

Hoa: Bây giờ chúng mình đang đi trong khu phố cổ. Ở đây bán rất nhiều đồ truyền thống, đồ **thủ công mĩ nghệ**. Lee thích mua gì?

Lee: Phố cổ đẹp quá. Sau khi đi thăm một **vòng**, mình sẽ quay lại để mua đồ.

xe điện	전기차	thủ công mĩ nghệ	수공예
cụ	어르신	vòng	바퀴

II. CHÚ THÍCH NGỮ PHÁP

1 các, những (복수 표현)

a. **các**: lượng từ **các** dùng trước danh từ / danh ngữ để chỉ số lượng nhiều được xác định, bao gồm tất cả các sự vật muốn nói đến. (các은 복수 수량을 나타내며 명사 또는 명사구 앞에 위치하여 표현하고 싶은 사물의 전체 수량을 나타낸다.)

VD: Các bạn đang sống ở đâu? (여러분은 어디 살고 있어요?)

Các sinh viên đều đã tốt nghiệp. (대학생들은 모두 졸업했다.)

b. **những**: lượng từ **những** dùng trước danh từ / danh ngữ để chỉ số lượng nhiều, không xác định. (những은 복수 수량을 나타내며 명사 또는 명사구 앞에 위치하여 정해지지 않는 다수의 양을 나타내기 위해 사용한다.)

VD: Những người vô gia cư rất cần được giúp đỡ.

(집이 없는 사람들은 도움이 필요하다.)

Anh đã đi những đâu và đã làm những gì?

(당신은 어느 장소에 갔고 어떤 일들을 했나요?)

2 cả, tất cả (모든, 모두, 전부)

a. **cả**: lượng từ **cả** chỉ toàn thể của một tập hợp, tập hợp này được xem như một đơn vị. (cả는 집합의 전체와 단위로 여겨지는 집합의 전체를 표현하기 위해 사용한다.)

VD: Hôm nay, cả lớp đi học đúng giờ. (오늘, 반 전체는 정시에 등교했다.)

Đúng 12 giờ, cả công ty đi ăn trưa. (12시 정각에, 사원 전체는 점심식사를 하러 갔다.)

b. **tất cả**: lượng từ **tất cả** dùng để chỉ số lượng toàn bộ. (tất cả는 전체 수량을 나타내기 위해 사용한다.)

VD: Tất cả mọi người ở đây đều biết anh ấy. (이곳의 모든 사람들은 그를 안다.)

Tất cả các nhân viên ở đây đều vui tính. (이곳에 있는 모든 직원들은 쾌활하다.)

3 vừa A vừa B (A하면서 (동시에) B한다.)

Biểu thị hai sự việc cùng xảy ra hoặc hai tính chất cùng tồn tại.

(동시에 일어난 두 가지 일을 표현하거나 두 가지의 성질(성격)을 나타낼 때 사용된다.)

Mẫu

Chủ ngữ + *vừa* + động từ[1] + *vừa* + động từ[2]

Chủ ngữ + *vừa* + tính từ[1] + *vừa* + tính từ[2]

VD: ĐT (동사)
- **Chúng tôi vừa nghe vừa viết.** (우리들은 음악을 들으며 글을 썼다.)
- **Chị ấy vừa cười vừa nói.** (그녀는 말하면서 웃는다.)

TT (형용사)
- **Cái xe này vừa cũ vừa đắt.** (이 차는 오래 됐으면서 비싸다.)
- **Chị ấy vừa hiền vừa xinh.** (그녀는 착하고 예쁘다.)

4 Lại (다시)

Phó từ, dùng sau động từ, biểu thị sự lặp lại, tái diễn của một hành động.

(부사로 동사 뒤에 사용되어 반복을 표현하거나 한 행동의 연속성을 나타낸다.)

VD: Xin cô nhắc lại một lần nữa. (선생님, 다시 한 번 더 알려주세요.)

Tôi sẽ gọi lại sau. (내가 다음에 다시 전화할게요.)

5 sau/ sau khi ; trước / trước khi (이전, 이후 구문)

sau	+	danh từ
trước	+	thời gian

VD: Sau mùa hè này, tôi sẽ đi Nhật Bản. (이번 여름 이후 나는 일본을 갈 것이다.)

Trước năm 2006, tôi làm việc ở công ty Lotte. (2006년 이전에 나는 롯데에서 일했다.)

Sau khi	+	động từ
Trước khi	+	mệnh đề

VD: Sau khi học xong tiếng Việt, tôi sẽ đi Việt Nam.

(베트남어 공부를 마친 후 나는 일본을 갈 것이다.)

Trước khi tôi đi Úc, tôi sẽ gọi điện cho chị.

(호주에 가기 전 나는 당신에게 전화 할 것이다.)

BÀI TẬP

1. Điền các / những vào chỗ trống.

1) Chào ______ anh, ______ anh đi đâu đấy?

2) Trong lớp này, ______ ai đã đến Hà Nội?

3) Tất cả ______ đường phố ở Hà Nội đều có nhiều xe cộ.

4) Trong ______ ngôn ngữ trên thế giới, từ "mẹ" đều bắt đầu bằng chữ "m".

5) Tôi đề nghị ______ người chưa làm bài tập thì đứng lên.

6) Nhân dịp năm mới, ông giám đốc đã thưởng cho tất cả ______ nhân viên trong công ty.

2. Điền cả / tất cả vào chỗ trống.

1) Hôm nay ______ gia đình tôi họp mặt và chụp ảnh kỉ niệm.

2) Tôi nghĩ ______ mọi người nên nghe ý kiến của cô ấy, cô ấy nói rất hay.

3) Vào ngày quốc khánh 2/9, ______ nước Việt Nam treo cờ đỏ sao vàng.

4) Tuần sau lớp sẽ đi du lịch, mọi người cần phải chuẩn bị thật chu đáo.

5) Tôi thích các món ăn của Hà Nội. Ngon lắm.

3. Viết tiếp các câu sau.

1) Chị ấy vừa xinh

2) Sau buổi học, tôi vừa ăn

3) Hôm nay trời vừa đẹp

4) Bài tập này vừa khó

5) Tôi vừa thích món ăn của Hà Nội

4. Dùng "lại" để hoàn thành hội thoại.

1) A: A lô, chị làm ơn cho tôi gặp anh Nam ạ.

B: Anh Nam không có ở đây,

2) A: Các em nhớ làm bài tập số 3 và số 5 nhé.

B: Bài mấy ạ? Em nghe chưa rõ,

3) A: Hà Nội đẹp quá, em rất muốn ở lại Hà Nội nhưng hôm nay em phải về nước

B: Thế thì

4) A: Truyện này hay quá. Anh đã đọc chưa?

B: Anh đã đọc rất lâu rồi. Có lẽ anh sẽ

5) A: Chữ anh xấu quá, em không đọc được.

B: Thế à? Anh sẽ

5. Dùng "sau/sau khi" để điền vào chỗ trống

1) 5 giờ chiều tôi sẽ có thời gian rảnh.

2) đi học về, tôi thường rất đói.

3) Chị ấy sẽ quay lại Hàn Quốc tham quan Hà Nội.

4) thời gian sống ở Việt Nam, tôi cảm thấy cuộc sống ở Việt Nam rất bình yên và dễ chịu, không có nhiều áp lực.

5) tốt nghiệp đại học, tôi sẽ đến Việt Nam để làm việc.

III. BÀI ĐỌC

HÀ NỘI – THỦ ĐÔ CỦA VIỆT NAM

Hoàng Thành Thăng Long

Hà Nội vừa là thủ đô của nước Việt Nam, vừa là trung tâm chính trị, kinh tế, văn hoá và khoa học của cả nước. Thành phố được xây dựng vào đầu thế kỉ XI. Tên đầu tiên của thành phố là Thăng Long. Thăng Long là **kinh đô** của nước Việt Nam trong nhiều **triều đại** phong kiến. Năm 1831, Thăng Long đổi tên thành Hà Nội. Từ năm 1945, sau khi **Cách mạng** tháng Tám thành công, thành phố trở thành thủ đô của nước Việt Nam.

Hiện nay, Hà Nội là thành phố có diện tích lớn nhất ở Việt Nam. Thành phố có nhiều **di tích lịch sử** quan trọng như: thành Cổ Loa, Hoàng Thành Thăng Long, Quảng trường Ba Đình, Lăng Bác…

Hà Nội có rất nhiều hồ. Trong đó, Hồ Gươm được coi là trung tâm của thành phố. Giữa Hồ Gươm có Tháp Rùa. Xung quanh Hồ Gươm là khu phố cổ "36 phố phường". Ngoài ra, Hà Nội còn có những công trình kiến trúc hiện đại như Nhà hát lớn, Nhà thờ lớn… Phía tây thành phố là khu Ba Đình, nơi có nhiều cơ quan nhà nước và nhiều đại sứ quán của các nước.

Hà Nội cũng được coi là trung tâm giáo dục của Việt Nam, vì có rất nhiều trường đại học.

Mặc dù đã **trải qua** nhiều năm bị chiến tranh **tàn phá**, Hà Nội vẫn giữ được những **nét** đẹp vừa **cổ kính**, vừa hiện đại.

SEOUL – THỦ ĐÔ CỦA HÀN QUỐC

Gyeongbokgung

Seoul là một trong mười thành phố lớn nhất thế giới, với những **nét đặc trưng** của quá khứ và hiện tại cùng tồn tại. Seoul có bốn cung điện cổ từ triều đại Joseon được rất nhiều khách du lịch yêu thích, đó là Gyeongbokgung, Deoksungung, Changdeokgung và Changgyeonggung. Ngoài ra, có một khu vực phố cổ nổi tiếng là phố cổ Insadong, nằm ở trung tâm Seoul. Insadong có những **dãy** cửa hàng bán đồ cổ, phòng **trưng bày** nghệ thuật, phòng trà truyền thống, quán ăn và các cửa hàng sách. Bên cạnh đó, Seoul còn có rất nhiều các bảo tàng, các trung tâm **biểu diễn** nghệ thuật **thu hút** khách du lịch nước ngoài.

Seoul nổi tiếng với các núi, gồm có bốn núi bên trong và bốn núi bên ngoài. Từ công viên núi Namsan, nằm ở trung tâm Seoul, du khách có thể thưởng thức toàn cảnh thành phố từ trên Tháp Namsan - Seoul, hoặc ngắm phong cảnh các làng truyền thống được **tái tạo**.

Cuộc sống về đêm (Đời sống ban đêm) ở Seoul rất **rực rỡ** với các tòa nhà cao chọc trời sáng **lấp lánh**, **nhộn nhịp** với các quán bar, quán cà phê, các câu lạc bộ đêm. Chúng ta có thể ngắm cảnh ban đêm hiện đại và tuyệt đẹp của Seoul bằng chuyến tàu đi dọc sông Hàn - con sông chảy qua **trái tim** của thành phố.

kinh đô	수도 / 경성	dãy	열, 행렬
triều đại	왕조	trưng bày	전시하다
cách mạng	혁명	biểu diễn	공연하다
Cách mạng tháng Tám	8월 혁명	thu hút	매혹시키다, 흡수하다
di tích lịch sử	유적지	tái tạo	다시 만들다, 개조하다
trải qua	경과하다	rực rỡ	빛나는, 찬란한
tàn phá	파괴하다	lấp lánh	반짝반짝 (빛나다.)
nét	인상, 용모, 형태, (글자) 획	nhộn nhịp	왁자지껄하고 시끄러운, 활기 넘치는
cổ kính	고풍스러운	trái tim	심장
đặc trưng	특징, 특성		

IV. LUYỆN TẬP

1. Dựa vào bài đọc, hãy trả lời các câu hỏi sau.

1) Hà Nội được xây dựng khi nào? Khi ấy thành phố tên là gì?

2) Điểm nào được coi là trung tâm Hà Nội?

3) Vì sao Hà Nội còn được gọi là trung tâm giáo dục của cả nước?

4) Seoul có những cung điện nào?

5) Phố cổ ở Seoul có tên là gì?

2. Hãy chọn các từ ngữ thích hợp để điền vào chỗ trống trong các câu sau.

kinh đô	tàn phá	triều đại
cổ kính	cách mạng	di tích

1) Trong lịch sử phát triển của Việt Nam, đã có rất nhiều thành phố là ____________ của đất nước, như Thăng Long, Huế…

2) Thành công của cuộc   tháng Tám năm 1945 đã mở ra một thời kì mới trong lịch sử Việt Nam, thời kì độc lập, tự do, tiến lên xã hội chủ nghĩa.

3)   là dấu vết của quá khứ còn lưu lại trong lòng đất hoặc trên mặt đất có ý nghĩa về mặt văn hoá và lịch sử.

4)   đầu tiên của Việt Nam là Hùng Vương với 18 đời vua.

5) Có nhiều di tích lịch sử của Hà Nội đã bị chiến tranh   .

6) Huế là kinh đô của Việt Nam thời vua Gia Long. Huế là một thành phố   , còn lưu rất nhiều dấu tích của quá khứ.

BÀI TẬP TỰ CHUẨN BỊ

1) Chọn một di tích lịch sử ở Hà Nội và giới thiệu về di tích lịch sử đó (kèm hình ảnh).

2) So sánh Hà Nội và Seoul bằng hình ảnh (có thể chọn một lĩnh vực như lịch sử, văn hoá, nghệ thuật… hoặc giới thiệu chung).

BÀI 3

ÁO DÀI VIỆT NAM

I. HỘI THOẠI

Jasmine: Ngày mai lớp tiếng Việt sẽ **khai giảng**. Chúng mình có cần chuẩn bị gì không?

Lee: Cô giáo nói là chúng mình chuẩn bị múa hát và phát biểu.

Jasmine: Chúng mình sẽ mặc như thế nào?

Lee: Nam giới mặc áo trắng, quần tối màu, sơ vin. Nữ giới mặc áo dài.

Jasmine: Vì sao nam giới không mặc áo dài?

Lee: Ngày xưa nam giới cũng mặc áo dài. Nhưng bây giờ nam giới chỉ mặc áo dài trong các dịp như đám cưới, **biểu diễn**. Còn phụ nữ mặc áo dài thường xuyên hơn.

Jasmine: Mình chưa bao giờ được mặc áo dài Việt Nam. Mình không có áo dài.

Lee: Thực ra mình có hai cái áo dài. Mình may một cái và mình được mẹ tặng một cái. Nhưng mình béo hơn bạn, nên chắc là bạn mặc không vừa. Bạn có thể thử **may** một cái, áo dài là trang phục truyền thống của người Việt Nam, hơn nữa áo dài cũng rất đẹp mà.

Jasmine: Mặc dù áo dài rất đẹp, nhưng mình cho là mình không nên may áo dài.

Lee: Vì sao?

Jasmine: Vì mình chỉ mặc áo dài trong ngày khai giảng **mà thôi**.

Lee: Bạn có thể mặc áo dài khi tham gia các ngày lễ, ngày hội. Bạn cũng có thể giữ nó như một kỉ niệm đẹp về Việt Nam.

Jasmine: Ừ, một kỉ niệm rất đẹp về Việt Nam. Mình sẽ may một cái. Mình nên may **chất liệu** gì nhỉ?

Lee: Bạn nên may bằng **vải lụa**. Mình sẽ giúp bạn chọn vải may áo dài.

Jasmine: Tốt quá, cảm ơn bạn.

khai giảng	개강(하다)	mà thôi	~뿐이다
biểu diễn	공연하다	chất liệu	재료
may	재봉하다	vải lụa	비단 원단

II. CHÚ THÍCH NGỮ PHÁP

1 Phụ nữ, đàn bà, nữ giới, đàn ông, nam giới (남성과 여성을 가리키는 말)

Trong tiếng Việt, **phụ nữ, nữ giới** và **đàn bà** đều chỉ người có giới tính nữ, **nam giới** và **đàn ông** đều chỉ người có giới tính nam. **Phụ nữ, nữ giới** và **nam giới** thường được dùng trang trọng hơn, trong khi đó **đàn bà** được dùng ít trang trọng hơn. Còn **đàn ông** có thể sử dụng trong cả trường hợp trang trọng và không trang trọng.

(베트남어에서 phụ nữ, nữ giới, đàn bà는 여성을 나타내며, nam giới, đàn ông은 남성을 나타낸다. phụ nữ, nữ giới와 đàn ông은 보통 더 예의있게 사용되며, 그 외 đàn bà는 일반적인 상황에서 사용된다. 반면 đàn ông은 두 상황에서 모두 사용된다.)

Phụ nữ và **đàn bà** đều có thể sử dụng sau số từ, và loại từ "người" được sử dụng giữa số từ và danh từ: một người phụ nữ, hai người đàn bà.

(Phụ nữ와 đàn bà는 모두 수사와 분류사 뒤에 사용할 수 있으며, người는 수사와 명사 가운데 사용할 수 있다: 여성 1명, 여성 2명)

Nam giới và **nữ giới** là các danh từ chung, không thể sử dụng sau số từ và cũng ít được sử dụng trong tiếng Việt hiện nay.

(Nam giới와 nữ giới는 일반명사로 수사 뒤에 사용할 수 없고, 현대 베트남어에서는 그 사용 빈도가 적다.)

Đàn ông được dùng để chỉ người mang giới tính nam trong cả trường hợp đếm được, trang trọng, hay không trang trọng. Khi sử dụng đàn ông với số từ, cần phải có loại từ "người" đứng trước: ba người đàn ông.

(Đàn ông은 남성을 나타내며, 예의를 갖추거나 일반적인 상황 모두에 사용할 수 있다. 수사와 함께 사용할 경우 그 앞에 분류사 người를 사용해야 한다: 세 명의 남성)

2 Thực ra (사실은, 정말로~)

Cụm từ này được đứng đầu câu để chỉ một sự thật chân thực của hoàn cảnh, đặc biệt là khi sự thực ấy khác với những gì đã được nói trước đó.

(내용이 사실임을 나타내는 문장 앞에 위치하여 특히 이전에 언급된 내용과 사실이 다를 때 사용한다.)

VD: Anh ấy nói anh ấy rất thích nhạc cổ điển. Thực ra, anh ấy chẳng biết gì về nhạc cổ điển cả.

(그는 고전 음악을 매우 좋아 한다고 했지만, 사실 그는 고전음악에 대해 전혀 알지 못한다.)

3 được / bị (수동태)

Trong tiếng Việt, được / bị được sử dụng trong cấu trúc bị động. Sau "được / bị" thường là một mệnh đề, nhưng cũng có thể là động từ trong trường hợp rút gọn.

(베트남어에서 được과 bị는 수동태를 나타내며 được은 긍정적인 경우, bị는 부정적인 경우에 사용된다. 뒤에는 보통 절이 오며 간결하게 표현할 경우 동사만 올 수 있다.)

VD: Em ấy bị mẹ mắng. (Em ấy bị mắng.)

(그 아이는 어머니에게 꾸짖음을 들었다.(그 아이는 꾸짖음을 들었다.))

Tôi được thầy giáo khen. (Tôi được khen.)

(나는 선생님에게 칭찬을 들었다.(나는 칭찬을 들었다.))

Cấu trúc bị động có thể biến thành câu chủ động bằng cách đảo mệnh đề lên trước chủ ngữ và bỏ được / bị.

(수동문 절에서 주어를 앞으로 도치하여 "được / bị"를 삭제하면 능동문을 만들 수 있다.)

VD: Mẹ mắng em ấy.(어머니는 그 아이를 꾸짖었다.)

Thầy giáo khen tôi.(선생님은 나를 칭찬한다.)

Được còn được dùng để chỉ ra hoạt động ở vị ngữ là tốt với chủ ngữ.

(được은 주어가 긍정적으로 생각하는 활동을 나타내기 위해 사용된다.)

VD: Tôi được đi Việt Nam.(나는 베트남에 가게 되었다.)

Hôm nay tôi được mặc áo dài. (오늘 나는 아오자이를 입게 되었다.)

Hàn Quốc được đăng cai tổ chức Olympic 2018.

(한국은 2018년 올림픽 개최를 주최하게 되었다.)

Phải được dùng để chỉ ra hoạt động ở vị ngữ mang tính bắt buộc và không mong muốn với chủ ngữ.

(phải는 주어에게 있어서 서술어의 내용이 강제적이며 원치 않는 것임을 나타낼 때 사용된다.)

VD: Anh ấy phải làm việc ban đêm. (그는 야근을 해야만 한다.)

Việt Nam phải đóng cửa một số điểm du lịch để trùng tu.

(베트남은 보수를 위해 여행지 몇 곳을 폐쇄하였다.)

Bị được dùng để chỉ ra tình trạng, tính chất, trạng thái ở vị ngữ là xấu với chủ ngữ:

(bị는 주어에게 좋지 않은 서술어의 상황, 성질, 상태를 나타낼 때 사용된다.)

VD: Môi trường thành phố bị ô nhiễm nghiêm trọng. (도시 환경이 심하게 오염됐다.)

Cái cốc bị bẩn rồi. (모든 컵이 더럽혀져 있었다.)

Chị ấy bị ngã. (그녀가 넘어졌다.)

4 Cho rằng, cho là ~ (~ 생각에는)

Cho rằng, cho là nghĩa là *nghĩ, tin*. Trong đó, *rằng / là* không thể bỏ đi được.

(Cho rằng, cho là의 의미는 생각, 신념을 나타낸다. 여기서 *rằng / là*는 생략할 수 없다.)

VD: Tôi cho rằng cô ấy nói đúng (내 생각에 그녀는 옳게 말한다.)

Tôi cho là cô ấy nói đúng (내 생각에 그녀는 옳게 말한다.)

5 Mà thôi ~ (~뿐 / ~만 / 그 이상 그 이하도 아니다.)

Trong tiếng Việt, **mà thôi** đứng ở cuối câu với ý nghĩa nhấn mạnh sự hạn chế.

(베트남어에서 mà thôi는 문장 끝에 위치해 제한적 의미를 강조한다.)

VD: Nhiều người cho rằng áo dài là trang phục truyền thống của riêng phụ nữ Việt Nam mà thôi.

(많은 사람들은 아오자이가 베트남 여성들의 독자적인 전통 복장인것 만으로 여긴다.)

BÀI TẬP

1. Chuyển các câu sau sang câu bị động.

1) Mọi người khen anh ấy vì anh ấy hát rất hay.

2) Giám đốc chê anh ấy làm việc chậm.

3) Cô giáo phê bình một số sinh viên vì không làm bài tập.

4) Hiện nay, người ta thiết kế áo dài theo nhiều phong cách khác nhau.

5) (Trước đây áo dài rộng). Bây giờ người ta may áo dài hẹp hơn, bó sát vào người.

2. Điền bị / được vào chỗ trống.

1) Tôi ______ đi xem phim cùng bạn, vui quá.

2) Hôm qua Hàn Quốc ______ động đất đấy.

3) Năm sau, gia đình tôi sẽ ______ đi du lịch châu Âu.

4) Sau kì thi, tôi ______ nghỉ cả ngày.

5) Chị ấy ______ mệt nên không thể đến được.

3. Sử dụng "cho rằng, cho là" để hoàn thành hội thoại.

Mẫu

A: Em nghĩ gì về bộ phim này?
B: Em cho rằng đây là bộ phim hay nhất từ trước đến nay.

1) A: Anh nghĩ gì về Hanbok của Hàn Quốc?
B: ______

2) A: Chị thấy áo dài của Việt Nam thế nào?
B: ______

3) A: Anh nghĩ chị ấy có thích bộ phim này không?
B: ______

4) A: Trời mưa quá. Chúng ta có nên đi chơi không nhỉ?
B: ______

5) A: Theo anh thì em nên chọn điện thoại Samsung hay Iphone?
B: ______

4. Chọn một câu đúng trong các câu sau.

1) Không giống ở Hàn Quốc, tết trung thu ở Việt Nam chỉ mà tết dành cho thiếu nhi.

2) Khác với ở Hàn Quốc, tết trung thu ở Việt Nam là tết dành cho thiếu nhi mà thôi .

3) Khác Hàn Quốc, tết trung thu Việt Nam đều dành cho thiếu nhi.

4) Không phải như ở Hàn Quốc, tết trung thu ở Việt Nam chỉ dành là tết thiếu nhi mà thôi.

Áo dài

Áo dài không chỉ là **trang phục** truyền thống của người Việt Nam, là **biểu tượng** của vẻ đẹp người phụ nữ Việt Nam mà còn là niềm tự hào của dân tộc Việt.

Nhiều người **dự đoán**, áo dài xuất hiện cách đây khoảng 3 thế kỉ. Cũng có người cho rằng, tiền thân của áo dài là chiếc áo tứ thân, xuất hiện vào đầu thế kỉ XX ở phía Bắc. Áo tứ thân có 2 **vạt** trước và 2 vạt sau. 2 vạt sau được khâu lại với nhau. 2 vạt trước tách riêng. Bên trong, người con gái thường mặc yếm và một chiếc váy dài. Họ thường mặc **áo tứ thân**, đeo **khăn xếp**, đội **nón quai thao**.

Áo dài đã trải qua nhiều thời kì phát triển. Có thời kì, áo dài suông thẳng, rộng rãi. Có thời kì, áo dài **chiết eo** để tôn lên vóc dáng của người phụ nữ. Ngày nay, chiếc áo dài truyền thống có cổ áo cao từ 2 đến 3 cm, phần thân áo ôm sát cơ thể người phụ nữ. Từ eo, thân áo dài được xẻ làm hai tà: tà trước và tà sau. Áo dài được mặc với quần dài chấm gót chân, ống quần rộng.

Hiện nay, nhiều người thích mặc áo dài **cách tân** với những thiết kế khác nhau. Một điều đặc biệt là, đàn ông cũng có áo dài. Áo dài của nam giới được thiết kế rộng rãi, không ôm sát vào thân. Nhưng ngày nay nam giới thường thích mặc comple vì thoải mái hơn.

Hanbok

Hanbok được coi là một trong những trang phục truyền thống đẹp nhất thế giới bởi vừa mềm mại, duyên dáng, vừa sang trọng, rực rỡ.

Vẻ đẹp của Hanbok là sự kết hợp tao nhã giữa chiếc áo ngắn Jeogori và chiếc váy xòe rộng. Sau khi đã mặc quần trắng, áo và váy lót, người phụ nữ phải thắt chặt dải dây vải trên phần ngực để cho các nếp không bị xòe ra. Cuối cùng, người phụ nữ sẽ khoác thân áo trên vào rồi thắt chặt dải nơ xinh xắn.

Trang phục Hanbok của đàn ông Hàn Quốc là áo Jeogori **chùm** bụng và **quần ống rộng**. Áo Hanbok rộng rãi nên dễ dàng đi lại, hoạt động. Ngoài ra, còn có thêm áo Magocha mặc trùm ra ngoài Jeogori, hay áo dài Durumagi mặc khi đi công việc ở bên ngoài, làm lễ bái tạ v.v...

Ngày nay, Hanbok chỉ còn được mặc trong các dịp trọng đại như ngày Tết hoặc đám cưới. Trong khi đó, ở Việt Nam, áo dài lại được mặc một cách thường xuyên như đồng phục của học sinh, nhân viên công sở. Ở Hàn Quốc người ta đã cách tân trang phục Hanbok theo xu hướng vừa tạo sự thoải mái cho người mặc, vừa không kém phần sang trọng, tao nhã. Trang phục này đang bắt đầu được người Hàn Quốc ưa chuộng.

trang phục	복장	tao nhã	우아한
biểu tượng	상징	váy xòe	플레어스커트
dự đoán	예측하다	thắt chặt	꼭 매다
tiền thân	전신	dải dây	끈
suông	(통이) 널널한	vải	천
chiết eo	허리 크기를 줄이다	khoác	입다
ôm sát	착 달라붙다	nơ	리본
xẻ	쪼개다	chùm	덮다
tà	옷자락	quần ống rộng	통이 큰 바지
chấm	찍다	bái tạ	절하다
gót	발 뒷꿈치	công sở	직장
mềm mại	부드러운	ưa chuộng	선호하다
duyên dáng	여성스러운	cách tân	개량, 혁신하다
rực rỡ	화려하다		

áo tứ thân

khăn xếp

nón quai thao

IV. LUYỆN TẬP

1. Dựa vào bài đọc, hãy trả lời các câu hỏi sau.

1) Có những giả thiết nào về thời điểm xuất hiện của áo dài?

2) Áo tứ thân có cấu tạo như thế nào?

3) Hình dáng chiếc áo dài đã thay đổi như thế nào qua các thời kì phát triển?

4) Áo dài cách tân là gì?

5) Hanbok của phụ nữ gồm có các bộ phận nào?

6) Hanbok của đàn ông gồm có các bộ phận nào?

7) Người Hàn Quốc thường mặc Hanbok trong những dịp nào?

2. Hãy chọn các từ ngữ thích hợp để điền vào chỗ trống trong các câu sau.

vạt áo	bái tạ	tiền thân
biểu tượng	nón quai thao	thắt chặt

1) Văn Miếu được coi là   của Hà Nội.

2) Chiếc áo tứ thân thường được coi là   của chiếc áo dài ngày nay.

3) Hiện nay, giới trẻ cảm thấy rất thích thú với những kiểu áo sơ mi cách điệu như   sau dài hơn trước hay kiểu   đính ren, thêu hoa···

4) Ngày xưa, phụ nữ Việt Nam sử dụng những chiếc   to, rộng để che mưa che nắng. Còn bây giờ, họ dùng chiếc nón lá nhỏ và gọn hơn, vừa để che mưa nắng, vừa để làm duyên.

5) Dây giày của em bị tuột rồi kìa, em   lại đi.

6) Vào đêm giao thừa, người chủ gia đình thường thắp hương ở ngoài sân để   trời đất và cầu xin mọi điều tốt lành cho gia đình.

BÀI TẬP TỰ CHUẨN BỊ

1) Tìm hiểu và giới thiệu về lịch sử chiếc áo dài (kèm hình ảnh).

2) Tìm hiểu và giới thiệu về lịch sử chiếc hanbok (kèm hình ảnh).

3) Em hãy thử so sánh áo dài Việt Nam và Hanbok Hàn Quốc có điểm gì giống và khác nhau?

BÀI 4

ĐÁM CƯỚI CỦA NGƯỜI VIỆT

I. HỘI THOẠI

Nga: Chúc mừng chúc mừng, mình nghe nói bạn sắp kết hôn.

Trung: Cảm ơn bạn, tháng sau mình **làm đám cưới**.

Nga: Ôi chẳng lẽ mình không được mời tham dự à?

Trung: Có chứ, đây là thiếp mời của bạn, mời bạn đến dự đám cưới của mình.

Nga: Vui quá, chúc mừng hạnh phúc. Bạn đã làm lễ ăn hỏi chưa?

Trung: Mình làm lễ ăn hỏi tuần trước rồi.

Nga: Bạn đã chuẩn bị cho lễ cưới xong chưa? Bạn tổ chức ở đâu?

Trung: Mình chuẩn bị xong rồi. Mình tổ chức đám cưới ở khách sạn Kim Liên.

Nga: Sau khi cưới, vợ chồng bạn sẽ **ở chung** với bố mẹ hay **ở riêng**?

Trung: Mình ở riêng. Bây giờ vợ chồng anh trai mình đang sống chung với bố mẹ mình.

Hơn nữa, mình đã mua được nhà rồi.

Nga: Bạn giỏi quá. Bạn đã mua sắm đồ đạc cho ngôi nhà chưa? Mình muốn mua tặng bạn quà cưới là đồ gia dụng. Chẳng hạn như lò nướng, lò vi sóng, **máy xay sinh tố**…

Trung: Cảm ơn bạn nhiều. Mình sẽ hỏi vợ mình nhé.

làm đàm cưới	결혼식을 치르다	**lò nướng**	오븐
tham dự	참가하다	**lò vi sóng**	전자레인지
ở chung	같이 살다	**máy xay sinh tố**	믹서기
ở riêng	따로 살다		

II. CHÚ THÍCH NGỮ PHÁP

1 A hơn nữa B (A 게다가 / 또한 B 하다)

Kết cấu A hơn nữa B dùng để diễn đạt ý bổ sung của B bên cạnh nội dung A đã nói trước đó.

(A hơn nữa B는 앞에 언급된 A의 내용에 추가로 B의 의미를 보충할 때 사용된다.)

VD: Từ đây đến đó rất xa, hơn nữa trời nắng quá, nên tôi không muốn đi.

(여기서 거기까지 매우 멀고 게다가 날씨도 너무 더워서 나는 가고 싶지 않다.)

Tôi không mua vì xe máy ấy không tốt, hơn nữa giá đắt quá.

(나는 그 오토바이가 좋지 않고 또한 너무 비쌌기 때문에 사지 않았다.)

2 Chẳng lẽ A à?/ chẳng lẽ A hay sao? (A 인지 아닌지 / A일까 아닐까)

Kết cấu chẳng lẽ A à? (hoặc **chẳng lẽ A hay sao?**) **là một kết cấu nghi vấn - phủ định, dùng để biểu thị ý ngạc nhiên, hay hoài nghi trước một sự việc, hiện tượng mà người nói cho là vô lí hoặc kì lạ.**

(chẳng lẽ A à? 는 의문-부정 구문으로 화자가 기이하거나 비논리적이라고 여기는 현상, 사건에 대해 의문이나 놀람을 표현하기 위해 사용된다.)

VD: Chẳng lẽ hai người ấy chia tay nhau à? (설마 그 두 명이 서로 헤어졌을까?)

Chẳng lẽ có người ngoài trái đất hay sao? (외계인이 혹시 있을까 없을까?)

3 ~ chẳng hạn như A (예를 들면 A 와 같은)

Sau cụm từ **chẳng hạn như** là một số ví dụ để minh họa hay giải thích cho ý kiến đã nói trước đó.

(chẳng hạn như 뒤에는 앞에서 언급했던 의견을 증명하거나 설명하기 위한 (몇몇의) 예시이다.)

VD: **Hè năm ngoái, chúng tôi đã đi tham quan một số điểm du lịch ở miền Trung và miền Nam, chẳng hạn như Hội An, Củ Chi, Vũng Tàu,....**

(작년 여름, 우리는 호이 안, 꾸 찌, 붕 따우와 같은 중부와 남부 여행지를 놀러갔다.)

Bác Hồ có thể nói được nhiều ngoại ngữ, chẳng hạn như tiếng Pháp, tiếng Anh, tiếng Nga,...(호 주석은 프랑스어, 영어, 러시아어와 같은 외국어를 할 수 있다.)

4 ~ chứ (당연히 ~하다.)

Từ **chứ** dùng ở cuối câu, trong khẩu ngữ được người nói dùng để nhấn mạnh hoặc khẳng định chắc chắn ý kiến của mình. Nó có ý nghĩa tương tự như *tất nhiên* hoặc *chắc chắn*.

(chứ는 문장 끝에 위치하며 구어체에서 화자가 자신의 의견에 대한 확실한 긍정 또는 강조를 표현하기 위해 사용한다. "당연하지" 또는 "확실하다"와 같은 의미를 지닌다.)

VD: **A : Anh có đi không?** (당신은 가요?)

B : Tôi đi chứ! (=chắc chắn tôi sẽ đi.) (당연히 가지~! (=확실히 나는 갈 거야))

Đôi khi từ này vừa dùng để phủ định ý kiến của người đối thoại, vừa khẳng định ý kiến của mình.

(때로 이 단어는 대화하는 상대방의 의견을 부정하고 자신의 의견을 강조하기 위해 사용하기도 한다.)

VD: A : Hình như ngày mồng 5 tháng 6 là ngày sinh nhật chị Bình.

(6월 5일이 아마 빙 누나의 생일인 것 같아)

B : Không, mồng 6 tháng 5 chứ! (아니야, 5월 6일이야!)

BÀI TẬP

1. Ghép cột A với cột B và viết thành câu, sử dụng "hơn nữa."

A		B
1) Chị ấy khó tính	•	• còn đau đầu và rất mệt
2) Cái nhà ấy đẹp quá	•	• còn rất dài
3) Mùa đông rất khó chịu vì trời lạnh quá	•	• còn hay mưa tuyết
4) Bài kiểm tra ấy khó	•	• chị ấy còn keo kiệt
5) Hôm nay tôi thấy hơi chóng mặt	•	• giá rất rẻ

2. Sử dụng "chẳng hạn như" để viết tiếp các câu sau.

1) Đám cưới của người Việt Nam có nhiều phong tục truyền thống, chẳng hạn như ______________ .

2) Đám cưới của người Hàn Quốc có nhiều nghi lễ ______________ .

3) Hàn Quốc có nhiều trò chơi dân gian chẳng hạn như ______________ .

4) Việt Nam có nhiều bãi biển nổi tiếng về du lịch, chẳng hạn như ______________ .

5) Hàn Quốc có một số nơi rất nổi tiếng về cảnh đẹp vào mùa thu, chẳng hạn như .

3. Dùng từ "chứ" để phủ định ý kiến của người đối thoại, và khẳng định ý kiến của mình.

Mẫu

Phim này do Mỹ sản xuất đấy
→ Phim này do Anh sản xuất chứ

1) Hình như chị ấy kết hôn vào tháng 10 âm lịch.

2) Ôi đám cưới của người Việt Nam phức tạp quá.

3) Sau khi kết hôn, anh chị sẽ ở riêng phải không?

4) Tôi nghe nói người Việt Nam chỉ tổ chức tiệc ngọt để mừng đám cưới thôi.

5) Giờ đẹp để đón dâu được gọi là "giờ hoàng đạo".

4. Ghép từ thành câu.

1) chị / tham dự / không / hay sao / đám cưới / của /chẳng lẽ / anh ấy / ?

2) đã / tiệc cưới / rồi / kết thúc / chẳng lẽ / à / ?

3) anh ấy / li hôn / chẳng lẽ / hay sao / đã / rồi / ?

4) em / được / không / mời / dự / đến / đám cưới / chẳng lẽ / của / bạn ấy / à / ?

5) chẳng lẽ / tôi / hay sao / độc thân / sống / không thể / ?

III. BÀI ĐỌC

Đám cưới của người Việt Nam

Lễ cưới ở Việt Nam hiện nay vẫn còn giữ nhiều phong tục truyền thống. Trước lễ cưới có hai **nghi thức**: **chạm ngõ** và **ăn hỏi**. Trong lễ chạm ngõ, bố mẹ nhà trai sang gặp bố mẹ nhà gái để xin phép cho hai bên được qua lại. Trong lễ ăn hỏi (nhiều nơi gọi là **lễ đính hôn**), nhà trai mang lễ vật tới nhà gái để xin hỏi cưới cô gái (số lễ vật thường là số lẻ: 5, 7, hoặc 9 lễ). Nhà gái nhận lễ ăn hỏi tức là chính thức **gả** con gái cho nhà trai. Sau lễ ăn hỏi khoảng 2 tuần hoặc một tháng, đám cưới sẽ được tổ chức.

Các gia dình thường xem lịch âm, chọn ngày lành tháng tốt cho hôn lễ (không **xung khắc** với tuổi của **cô dâu chú rể**) và giờ tốt (**giờ hoàng đạo**) để đưa/đón dâu.

Trong ngày cưới, nhà trai đến nhà gái thực hiện **nghi lễ** đón dâu (nhà gái gọi là lễ đưa dâu). Cô dâu chú rể làm lễ trước bàn thờ **gia tiên**, rồi cô dâu chào bố mẹ anh chị em trong nhà để lên "**xe hoa**" về nhà chồng. Trên xe hoa dán hai chữ "**Song hỷ**" (tiếng Hán - Việt) cắt bằng giấy đỏ. Cô dâu chú rể đến nhà trai làm lễ gia tiên, sau đó đến chỗ tổ chức tiệc.

Ngoài tiệc mặn, đám cưới còn có thể có tiệc trà (tiệc ngọt). Khách đến dự tiệc cưới thường mừng tiền để trong phong bì kèm theo những lời chúc hạnh phúc.

Đám cưới của người Hàn Quốc

Đám cưới truyền thống của người Hàn Quốc được gọi là Taerye. Lễ cưới được tổ chức với nhiều thủ tục, nghi lễ kéo dài và **cầu kỳ**.

Trước lễ cưới ít ngày, gia đình nhà trai thường gửi một cái hộp (Ham) đựng quà tặng hay còn gọi là lễ vật (Yemul) cho cô dâu. Lễ vật thường là những thước vải đỏ và xanh để may y phục truyền thống cùng đồ trang sức. Chiếc hộp này được giao cho bố mẹ cô dâu, và họ giao cho con gái mình vào ban đêm.

Lễ cưới truyền thống Hàn Quốc thường được tổ chức ở nhà cô dâu. Nhà cô dâu **trải sẵn** một chiếc chiếu trên đó có đặt bàn thờ. Khi giờ tốt đến, chú rể mang theo một **con chim nhạn** có màu sắc **sặc sỡ tiến lên** trước bàn thờ và đặt con nhạn lên đó, sau đó quỳ vái. Nghi lễ này có ý nghĩa chúc phúc cho chú rể và cô dâu cùng yêu thương kính trọng nhau và không bao giờ **chia lìa** giống như những con chim nhạn. Sau đó, cô dâu chú rể làm **lễ giao bôi**. Cuối cùng là tiệc mừng. Đám cưới còn là dịp để dân làng vui chơi, biểu diễn các trò chơi dân gian đặc sắc như **đu dây, bập bênh, nhào lộn**, múa hát…

Ngày nay, giới trẻ Hàn Quốc thường tổ chức hôn lễ trong nhà thờ hoặc phòng cưới. Cô dâu chú rể nói lời **thề nguyền** trước mặt chủ hôn. Các nghi lễ phức tạp đã được đơn giản hoá đi nhiều.

nghi thức	의식	cầu kỳ	화려한, 복잡한
ăn hỏi	약혼식	trải sẵn	미리 깔다
(lễ) chạm ngõ	전통 약혼식	bàn thờ	제단
lễ đính hôn	약혼식	sặc sỡ	다채로운
gả	시집 보내다	tiến lên	앞으로 가다
xung khắc	상극이다	quỳ vái	절을 하다
cô dâu	신부	chia lìa	이별하다
chú rể	신랑	chim nhạn	제비
giờ hoàng đạo	길조의 시간	lễ giao bôi	합근례
nghi lễ	의례	đu dây	그네타다
gia tiên	조상	bập bênh	시소
xe hoa	웨딩카	nhào lộn	공중제비하다
song hỷ	쌍희(雙喜)	thề nguyền	맹세

IV. LUYỆN TẬP

1. Em hãy giải thích các từ trong bài đọc.

1) giờ hoàng đạo

2) đưa dâu

3) đón dâu

4) xe hoa

5) tiệc mặn

6) tiệc ngọt

2. Dựa vào bài đọc, hãy trả lời các câu hỏi sau.

1) Trước lễ cưới chính thức ở Việt Nam, thường có những nghi thức nào?

2) Việc nhà trai mang lễ vật tới nhà gái và nhà gái nhận lễ vật của nhà trai trong lễ ăn hỏi tượng trưng cho điều gì?

3) Khách dự tiệc cưới ở Việt Nam thường mừng cưới bằng gì?

4) Trước lễ cưới ở Hàn Quốc, nhà trai phải thực hiện nghi thức gì với nhà gái?

5) Con chim nhạn mà chú rể mang đến nhà gái trong ngày cưới Hàn Quốc mang ý nghĩa gì?

6) Trong đám cưới truyền thống của người Hàn Quốc, thường có những trò chơi dân gian gì?

3. Hãy chọn các từ ngữ thích hợp để điền vào chỗ trống trong các câu sau.

phong tục	nghi thức	thề nguyền
gả	chúc phúc	
giờ hoàng đạo	chia lìa	đơn giản hoá

1) Thăm mộ tổ tiên, gói bánh chưng bánh tét, đi lễ chùa và hái lộc đầu năm, mừng tuổi cho trẻ em··· là những truyền thống của người Việt Nam trong dịp Tết Nguyên Đán.

2) Để đảm bảo phép lịch sự trong xã hội hiện đại, ai cũng cần biết những giao tiếp cơ bản khi chào hỏi, bắt tay, mời người khác···

3) Ngày xưa, các nhà giàu thường không cho con gái tự do lựa chọn người sẽ kết hôn, mà bố mẹ tự quyết định con cho nhà môn đăng hộ đối.

4) Cả nhà đã chuẩn bị xong, chỉ chờ đến để lên đường đi đón dâu.

5) Trong đám cưới, cô dâu chú rể nào cũng muốn nhận được thật nhiều lời   từ những người đến tham dự.

6) Ai cũng mong ước có một người sống cùng mình trọn đời, mãi mãi không   .

7) Họ yêu nhau đã lâu lắm rồi, cùng nhau   trước sông trước biển, nhưng cuối cùng không đến được với nhau.

8) Ngày nay, cuộc sống hiện đại khiến ai cũng bận rộn, nên bữa cơm cũng được   , không cầu kì và nhiều món như ngày xưa.

BÀI TẬP TỰ CHUẨN BỊ

1) Tìm hiểu các tục kiêng kị của người Việt trong đám cưới.

2) Tìm hiểu các tục kiêng kị của người Hàn trong đám cưới.

3) Em hãy so sánh những điểm giống nhau và khác nhau giữa đám cưới Việt Nam và Hàn quốc.

BÀI 5

NHÀ Ở CỦA NGƯỜI VIỆT XƯA

I. HỘI THOẠI

1.

Nga: Thứ bảy này Lee có thời gian không? Mời Lee đến nhà mình chơi.

Lee: Có chứ. Nhà Nga ở đâu? Mình sẽ đi taxi đến.

Nga: Lee đi taxi làm gì, nhà mình ở cách đây có 1 km thôi. Lee có thể đi bộ đến nhà mình đấy.

Lee: Tốt quá, mình cũng thích đi bộ hơn đi taxi. Trong gia đình Nga có những ai?

Nga: Nhà mình có **ông bà nội**, bố mẹ mình, anh trai mình và mình. "**Tam đại đồng đường**" đấy. Lee có hiểu không?

nhà tranh vách đất

Lee: Làm sao mình hiểu được. "Tam đại đồng đường" nghĩa là gì?

Nga: Nghĩa là 3 **thế hệ** cùng sống trong một nhà.

Lee: Tất cả các gia đình Việt Nam đều là "tam đại đồng đường" phải không?

Nga: Không phải, một số gia đình có những 4 thế hệ, gọi là "**tứ đại đồng đường**". Một số gia đình chỉ có 2 thế hệ. Chẳng hạn như gia đình chị gái mình. Chị ấy đã kết hôn, bây giờ sống cùng chồng và các con.

Lee: Gia đình chị gái bạn gọi là **gia đình hạt nhân** phải không?

Nga: Lee giỏi quá, sao Lee biết?

Lee: Trong sách có bài Gia đình hạt nhân còn gì.

Nga: Đúng rồi. Thế hẹn gặp Lee thứ bảy này nhé.

Lee: Cảm ơn Nga. Hẹn gặp lại.

2.

Ông:	7 giờ rồi, cháu vẫn ngủ à? Dậy đi học đi.
Cháu:	Trời lạnh và mưa quá, cháu không muốn dậy.
Ông:	Cháu dùng **máy điều hoà**, có lạnh đâu. Bây giờ **sướng** thật. Ngày xưa ông **khổ** lắm. Nhà tranh vách đất, mùa đông lạnh lắm, không thể ngủ được.
Cháu:	Ngày xưa tất nhiên là khổ hơn bây giờ rồi ạ.
Ông:	Ngày xưa ai cũng nghèo. Nhà ông có 5 gian, nhưng 2 gian bị dột. Trời mưa khổ lắm.
Cháu:	Chẳng lẽ nhà ai cũng dột ạ?
Ông:	Nhà dột ít, nhà dột nhiều, vì mái nhà làm bằng rơm rạ. Bây giờ, mái nhà làm bằng **gạch**, không bị dột nữa.
Cháu:	Vâng. Thôi cháu dậy đi học đây ạ.
Ông:	Cháu ăn sáng đã. Bây giờ muốn ăn gì cũng có, sướng thật. Ngày xưa ông chẳng có gì để ăn.
Cháu:	Mỗi ngày ông kể chuyện ngày xưa 10 lần là ít.

ông bà nội	친할아버지, 할머니	khổ	불행한, 고생의
tam đại đồng đường	삼대가족	vách đất	흙벽
thế hệ	세대	(bị) dột	물이 새다
tứ đại đồng đường	사대가족	mái nhà	지붕
gia đình hạt nhân	핵가족	rơm rạ	짚
máy điều hoà	에어컨	gạch	벽돌
sướng	운이 좋은		

II. CHÚ THÍCH NGỮ PHÁP

1 những, có biểu thị số lượng (수량 표현 Những과 có)

Những và **có** là các trợ từ, dùng trước số từ để biểu thị số lượng nhiều hay ít theo đánh giá chủ quan của người nói. *Những* biểu thị số lượng nhiều, *có* biểu thị số lượng ít, thường dùng trong các kết hợp *chỉ có, có… thôi, chỉ có… thôi*.

(Những과 có는 화자의 주관적 판단에 따라 많거나 적음의 수량을 나타내기 위해 사용된다. Những은 많은 수량을 có는 적은 수량을 나타낼 때 사용되며 이 때, *chỉ có, có A thôi, chỉ có A thôi*와 같은 형태로 사용된다.)

VD: **Cháu chắt của bà có những 20 đứa.** (할머니의 후손은 20명이나 된다.)

Cháu nghỉ có một tuần (thôi). (너는 1주일만 쉰다.)

2 làm sao (mà) A được (어떻게 A 하겠어. / A 할 수 없다.)

Kết cấu biểu thị ý phủ định, có nghĩa như *không thể A được*.

(부정을 나타내는 구문으로 *không thể A được*과 같은 의미를 지닌다.)

VD: **Dạo này cháu lớn quá, làm sao bà nhận ra được.** (~ bà không thể nhận ra được)

(요즘 네가 많이 성장해서, 어떻게 알아 볼 수 있었겠어.(알아볼 수 없다.))

3 ~ còn gì ~ (~만큼이나 ~하다.)

Kết cấu đặt ở cuối câu, biểu thị ý khẳng định điều vừa nêu là một sự thật không thể bác bỏ.

(문장의 끝에 위치하여 부정할 수 없는 사실을 언급한 내용을 강조한다.)

VD: **Chúng ta không gặp nhau năm, sáu năm rồi còn gì.**

(우리 못 만난지 5, 6년이나 됐잖아.)

Làm như vậy hỏng hết còn gì.

(그렇게하면 다 망가지잖아.)

4 ~ làm gì ~ (~ 하려고 ~ 하다.)

Kết cấu dùng ở cuối câu, biểu thị ý *không cần thiết* phải làm điều vừa được nói đến.

(문장의 끝에 위치하는 구문으로, 언급한 내용을 "할 필요성이 없음"을 표현한다.)

VD: Cháu mua quà làm gì. (cháu không cần thiết phải mua quà.)

(너는 무엇하려고 선물을 사니. (너는 선물 실 필요 없어.))

5 A đã (우선 A하다.)

Từ dùng ở cuối câu, biểu thị ý cần phải hoàn thành điều gì đó trước khi làm một việc khác (thường dùng trong câu cầu khiến)**.**

(문장 끝에 사용하는 단어로, 다른 일보다 우선 완료해야 하는 일을 표현할 때 사용한다. (보통 설득 문장에 사용된다.))

VD: Nghỉ một chút đã (rồi đi)**.**

(우선 쉬자. (그러고 나서 가자.))

6 chẳng lẽ ~ (~할 이유가 없다.)

Dùng để nêu điều mà người nói cho là phi lý, không thể như thế được.

(상대방이 언급한 바와 같이 할 수 없으며 불합리함을 표현할 때 사용한다.)

VD: Nó hỏi vay tiền, chẳng lẽ tôi không cho.

(그는 돈을 빌려달라고 물었고, 나는 빌려주지 않을 이유가 없다.)

Không cho là điều phi lý.

(안 주는 것이 불합리하다.)

7 ~ là ít (최소한 ~)

Kết hợp ở cuối câu, biểu thị ý đánh giá "số lượng được nói tới là ít vì có thể còn nhiều hơn".

(문장의 끝에 위치하며, "수량이 언급한 것 보다는 더 많다고 판단"될 때 사용된다.)

VD: Mỗi ngày nó ăn hai tô phở là ít. (그는 매일 최소 2그릇의 쌀국수를 먹는다.)

BÀI TẬP

1. Chọn "những" hoặc "có" để điền vào chỗ trống.

1) Gia đình em không đông lắm, __________ 3 người thôi.

2) Trời ơi, em được __________ 92 điểm, mừng quá.

3) Hôm nay em mang ít tiền quá, __________ 1000 đô.

4) Trường vừa thông báo, dịp lễ này chúng ta được nghỉ __________ 10 ngày thôi.

5) Chị ấy tặng em __________ 3 bó hoa.

2. Sử dụng "làm sao mà···được" để chuyển những câu sau sang phủ định.

Mẫu

Chị ấy đẹp quá
→ Chị ấy làm sao mà đẹp được.

1) Món ăn này dở thật.

2) Tôi đã hẹn với em ấy đi chơi vào ngày mai.

3) Chị ấy kết hôn với anh ấy rồi.

4) Bạn ấy được điểm cao nhất lớp đấy.

5) Đám cưới của người Việt Nam rất đơn giản và nhanh chóng.

3. Sử dụng "làm gì" để đáp lại câu nói của người đối thoại.

Mẫu

Cháu biếu bác một chút quà ạ.
→ (Khách sáo quá). Cháu biếu bác quà làm gì?

1) A: Anh mua cho em điện thoại mới nhé.

B:

2) A: Trong tủ lạnh còn ít thức ăn quá. Mẹ định đi chợ mua thêm thức ăn để nấu cơm.

B:

3) A: Anh sẽ bảo cô ấy đừng đến nữa.

B:

4) A: Em sẽ mang quà Hà Nội sang Hàn Quốc cho anh nhé.

B:

5) A: Xe đạp của con cũ quá rồi. Bố mua xe đạp mới cho con nhé.

B:

4. Sử dụng "đã" ở cuối câu để đáp lại câu nói của người đối thoại.

Mẫu

A : Đi chơi đi.

B : Ăn cơm đã.

1) A: Anh mua ô tô đi.

B:

2) A: Em nghĩ anh nên kết hôn đi, anh lớn tuổi rồi đấy.

B:

3) A: Chúng mình cùng bàn kế hoạch tổ chức đám cưới nhé.

B:

4) A: Em muốn đi du lịch Hàn Quốc quá.

B:

5) A: Bao giờ anh mời em đến nhà chơi?

B:

5. Sử dụng "chẳng lẽ" để hoàn thiện các câu sau.

1) Chị ấy cam đoan là chị ấy nói thật, .

2) Nhà này tôi đã ở 20 năm rồi nhưng vẫn mới, .

3) Gia đình anh ấy hiện nay đang là tam đại đồng đường, đông người quá, sau khi vợ chồng anh ấy sinh con, .

4) Bây giờ nhà cửa hiện đại tất nhiên xây bằng gạch,
.

5)Mẹ đã nấu cơm rồi mà em không đói, .

6. Điền "là ít, còn gì, đã" vào chỗ trống.

1) Mỗi bữa anh ấy ăn 5, 6 bát cơm .

2) Vì sao em kêu đói, em đã ăn cơm rồi .

3) Tôi buồn ngủ quá nhưng phải làm việc .

4) Chị ấy sở hữu 3 cái nhà ở thành phố lớn .

5) Ôi em đổ nước từ từ thôi, rơi hết ra ngoài .

III. BÀI ĐỌC

1. Gia đình của người Việt

Gia đình người Việt hiện nay là loại **gia đình hạt nhân**, gồm vợ chồng và các con. Gia đình hạt nhân của người Việt truyền theo dòng bố, con cái mang theo họ bố. Ngoài ra còn có **gia đình hạt nhân mở rộng**, bao gồm cả bố mẹ già và các anh em chưa lập gia đình của người chồng, thường là con trai trưởng (ở miền Bắc và Trung) hay con trai út (ở miền Nam). Các gia đình liên kết với nhau theo họ nội tạo thành tổ chức họ, gọi là **dòng họ** hay **gia tộc**.

2. Nhà ở cổ truyền của người Việt

Nhà ở cổ truyền của người Việt phản ánh cách thức **thích nghi** với môi trường tự nhiên của cư dân nông nghiệp lúa nước: **nền nhà** cao để đối phó với nước ngập vào mùa mưa, **mái nhà** cao và **dốc** để chống **dột**, hướng nhà thường là hướng nam hoặc đông nam để tránh gió lạnh mùa đông và **đón gió** mát mùa hè. **Vật liệu xây dựng** là những **vật liệu tự nhiên** sẵn có như tre, gỗ, **rơm rạ**, **cỏ tranh**, **lá dừa nước**...

Nhà truyền thống của người Việt thường có ba gian hoặc năm gian. Nhiều gia đình có thêm nhà ngang để làm bếp, để cối xay lúa, cối giã gạo và các vật dụng khác. Chuồng chăn nuôi trâu, bò, gà, vịt... thường làm gần nhà ngang, xa nhà chính.

Trong nhà, gian giữa luôn được dành riêng để bày bàn thờ gia tiên. Trước bàn thờ thường kê bộ bàn ghế để tiếp khách. Hai gian bên cạnh kê phản cho đàn ông, con trai trong gia đình nằm nghỉ ngơi hoặc ngủ.

Các gian chái (có thể che thành **buồng kín**) là nơi dành riêng cho đàn bà con gái, cũng là nơi để thóc lúa, của cải...

Nhà dân ở phố thường được xây bằng gạch, mái lợp ngói, hay đổ trần. Vì đất chật, người đông nên nhà ở phố thường xây theo kiểu hình ống, mặt tiền hẹp. Để đủ nơi sinh hoạt cho một gia đình, cũng có nhà làm thêm gác xép...

HANOK

Nhà ở truyền thống của Hàn Quốc có bốn loại là **nhà mái ngói**, **nhà rơm**, nhà mái lợp bằng gỗ thông và gỗ sồi. Nhà nghèo thường lợp mái bằng rơm. Nhà khá giả thường xây nhà bằng đất, đá trộn với vỏ cây, mái được **lợp** bằng ngói. Nhà của tầng lớp quý tộc bên trong thường có đền thờ tổ tiên, và tách riêng khu sinh hoạt của nam và nữ. Đàn ông ở phòng khách gọi là Sarangjae, đàn bà ở trong phòng trong gọi là Anjae, ngoài ra còn có phòng dành cho người ở gọi là Haenglangjae.

Đặc trưng nhà ở của Hàn Quốc chính là hệ thống sưởi Ondol và phần hiên nhà gọi là Maru. Nhờ có hệ thống sưởi nền nhà Ondol nên ngay cả trong mùa đông lạnh, người ta vẫn có thể mặc áo mỏng đi lại trong nhà. Vào mùa hè, có thể nằm ngủ ngay tại hiên nhà (Maru) để hưởng gió mát. Ngôi nhà được bao quanh bởi tường đất thấp, cửa ra vào và cửa sổ được dán giấy Hanji, một loại giấy truyền thống của Hàn Quốc và có tác dụng lưu thông không khí.

Từ những năm 1960, mô hình nhà ở chung cư ra đời đã tạo nên nhiều biến đổi trong văn hoá nhà ở của người Hàn Quốc. Do đất chật người đông, nên từ những năm 1970, mô hình chung cư đã phát triển nhanh chóng ở Hàn Quốc. Đồng thời, mô hình nhà riêng xây liền kề nhau đã thay thế cho mô hình nhà một tầng truyền thống.

gia đình hạt nhân	핵가족	kê	두다
truyền theo	~을 따라가다	phản	판자침대
dòng bố	아버지의 성	chái	곁채
liên kết	연결하다	buồng kín	봉쇄된 방
tạo thành	조성하다	thóc	벼
dòng họ	일가	gạch	벽돌
gia tộc	가족	ống	파이프 관
phản ánh	반영하다	gác xép	다락
thích nghi	순응하다	nhà mái ngói	기와집
dốc	경사가 진	nhà rơm	초가집
đón gió	바람을 맞다	gỗ thông	소나무 목재
vật liệu xây dựng	건축자재	gỗ sồi	참나무 목재
vật liệu tự nhiên	천연자재	lợp	지붕을 얹다
cỏ tranh	여러해살이풀	tách	나누다
lá dừa nước	야자나뭇잎	sưởi	따뜻하게 하다
cối	절구	dán	붙이다
giã	찧다	liền kề	인접
gia tiên	조상		

IV. LUYỆN TẬP

1. Dựa vào bài đọc, hãy trả lời các câu hỏi sau.

1) Ở Việt Nam, sự khác biệt giữa "gia đình hạt nhân" và "gia đình hạt nhân mở rộng" là gì?

2) Người Việt Nam thường xếp đặt chỗ ở và sinh hoạt như thế nào trong một căn nhà truyền thống?

3) Nhà truyền thống Hàn Quốc có mấy loại?

4) Người Hàn Quốc thường xếp đặt chỗ ở và sinh hoạt như thế nào trong một căn nhà của tầng lớp quý tộc?

5) Vì sao nói đặc trưng nhà ở của Hàn Quốc là hệ thống sưởi Ondol và mái hiên Maru?

2. Hãy chọn các từ ngữ thích hợp để điền vào chỗ trống trong các câu sau.

gia đình hạt nhân	dòng họ	cổ truyền
nền nhà	kê	vật liệu tự nhiên
che	dốc	dột

1)Gỗ là phổ biến nhất được sử dụng cho việc làm nội thất: cửa gỗ, sàn gỗ, ghế, bàn, ốp tường v.v...

2) Nhà ở Hàn Quốc thường được xây trên những con đường nhỏ, hơi .

3) Vào mùa mưa, người dân thường lấy thêm lá lợp mái nhà để chống .

4) Ngày xưa, người ta lát bằng gạch, bây giờ chủ yếu các gia đình lát bằng gỗ.

5) Người già thường thích nghe dân ca và nhạc , còn người trẻ thì cảm thấy buồn khi nghe những bài hát cổ.

6) Nguyễn được coi là lớn nhất Việt Nam.

7) Ở thành phố đa phần là các   sinh sống, còn ở nông thôn thì đa phần là gia đình mở rộng: tam đại đồng đường, tứ đại đồng đường.

8) Trong phòng làm việc của tôi có một chiếc bàn nhỏ   bên cửa sổ.

9) Vì xấu hổ nên cô ấy đã lấy nón để   mặt.

BÀI TẬP TỰ CHUẨN BỊ

1) Tìm hình ảnh về một ngôi nhà truyền thống của Việt Nam và giới thiệu về ngôi nhà đó.

2) Tìm hình ảnh về một ngôi nhà truyền thống của Hàn Quốc và giới thiệu về ngôi nhà đó.

3) So sánh nhà truyền thống của Việt Nam và nhà truyền thống của Hàn Quốc (kèm theo hình ảnh).

BÀI 6

THỨC ĂN VIỆT NAM

I. HỘI THOẠI

Nga: Sau khi **tan học**, bạn có muốn đi ăn cơm với mình không.

Jung: Tất nhiên rồi. Có nhiều món ăn ngon lắm mà mình chưa được ăn, mình rất muốn ăn thử.

Nga: Chúng mình đi ăn bún chả nhé.

Jung: Ơ, bạn đã nói là ăn cơm, vì sao lại ăn bún chả?

Nga: À, người Việt Nam nói "ăn cơm" là ăn sáng, ăn trưa, ăn tối, chứ không phải ăn món cơm.

Jung: Ồ, thế à? Ừ thế chúng mình đi ăn bún chả nhé, mình nghe nói bún chả rất ngon nhưng chưa ăn thử bao giờ.

Nga: Bạn có ăn được **nước mắm** không?

Jung: Mình ăn được.

Nga: Tốt quá, vì bún chả phải ăn cùng nước mắm. Còn **rau sống**?

Jung: Ồ, mình chưa bao giờ ăn rau sống.

Nga: Rau sống không thể thiếu được trong món bún chả. Hôm nay bạn ăn thử đi!

Jung: Vì sao người Việt Nam thích ăn rau sống?

Nga: Vì người Việt Nam thích các **sản phẩm tự nhiên** và khí hậu Việt Nam cũng rất **thuận lợi** cho **nông nghiệp**, nên rau sống rất ngon.

Jung: Mình thích ăn thịt hơn ăn rau.

Nga: Nhưng ăn nhiều rau tốt hơn ăn nhiều thịt.

Jung: Cô (Con) gái Việt Nam ăn nhiều rau nên người rất đẹp, phải không?

Nga: Mình cũng nghĩ thế.

tan học	수업이 끝나다	nước mắm	액젓
rau sống	생야채	sản phẩm	제품
tự nhiên	자연, 천연	thuận lợi	편리하다
nông nghiệp	농업		

II. CHÚ THÍCH NGỮ PHÁP

1 chưa bao giờ (~해본 적이 없다.)

Cấu trúc **chưa bao giờ** diễn tả một hành động chưa từng được thực hiện trong quá khứ. Có thể sử dụng hai cách: **chưa bao giờ** + động từ hoặc **chưa** + động từ + **bao giờ**

(Chưa bao giờ 구문은 과거에 해본적이 없는 행동을 표현할 때 사용된다. 'chưa bao giờ + 동사' 또는 ' chưa + 동사 + bao giờ' 형태로 사용한다.)

VD: **Tớ chưa ăn thử bao giờ.** (나는 한 번도 그것을 먹어 본 적이 없다.)

Tớ chưa bao giờ ăn thử. (나는 한 번도 그것을 먹어 본 적이 없다.)

2 ... không thể thiếu được (부족함이 없다, 모자람이 없다.)

Diễn tả sự tồn tại của một đối tượng trong phạm vi nào đó là vô cùng quan trọng.

(어떤 범주에 있는 대상에 대해 매우 중요함을 표현할 때 사용된다.)

VD: **Canh Tteogkuk không thể thiếu được trong dịp Tết của người Hàn Quốc.**

(떡국은 한국인의 설에 없어서는 안된다.)

Bánh chưng không thể thiếu được trong dịp Tết của người Việt Nam.

(쯩떡은 베트남인의 설에 없어서는 안된다.)

3 So sánh hơn / kém / nhất (비교구문 hơn/kém/nhất)

So sánh **hơn/kém**: **Anh Hà ăn nhiều cơm hơn em trai anh ấy.**

(하군은 자기 동생보다 밥을 더 많이 먹는다.)

Cô ấy đi bộ nhiều hơn tôi. (그녀는 나보다 많이 걷는다.)

Món ăn Việt Nam ít cay hơn món ăn Hàn Quốc.

(베트남 음식은 한국 음식보다 조금 덜 맵다.)

Anh Minsoo nói tiếng Việt kém hơn anh Jonh.

(민수형(오빠)는 존형(오빠) 보다 베트남어를 못한다.)

So sánh nhất Cô ấy xinh nhất. (그녀는 가장 예쁘다.)

Bài toán này khó nhất. (이 수학 문제는 제일 어렵다.)

Cơm là thức ăn quan trọng nhất. (밥은 가장 중요한 음식이다.)

4 A chứ không B (mà không) (A 가 아니고 B)

Cấu trúc chứ không (mà không) khẳng định hành động (tính chất) **ở vế thứ nhất và phủ định hành động** (tính chất) **ở vế thứ hai.**

(chứ không (mà không) 구문은 첫번째 행동(성질)을 강조하면서 두번째의 행동(성질)을 부정하기 위해 사용된다.

VD: Chị ấy muốn ăn kem chứ không muốn ăn chè.

(그녀는 째가 아니고 아이스크림을 먹길 원한다.)

Anh ấy muốn học tiếng Anh chứ không muốn học tiếng Pháp.

(그 형은 프랑스어가 아닌 영어를 공부하길 원한다.)

5 Ngoài + bổ ngữ[1], chủ ngữ+còn+vị ngữ+bổ ngữ[2] (nữa) (~ 외에, 주어는 ~ 를 하다.)

Chủ ngữ vừa tác động vào bổ ngữ [1] vừa tác động vào bổ ngữ [2]. Cấu trúc này có phần nhấn mạnh bổ ngữ [2] hơn bổ ngữ [1].

(이 구문은 주어가 두번째 보어를 첫번째 보어보다 더 강조하는 경향을 지닌다.)

VD: Ngoài hoa hồng, tôi còn thích hoa lưu ly (nữa)

(장미 꽃 외에, 나는 물망초를 더 좋아한다.)

Ngoài tiếng Hàn, cô ấy còn giỏi tiếng Anh (nữa)

(한국어 외에, 그녀는 영어를 더 잘한다.)

BÀI TẬP

1. Sử dụng "chưa bao giờ" để trả lời các câu hỏi sau.

1) Bạn đã mặc thử áo dài bao giờ chưa?

2) Anh đã bao giờ ăn nước mắm của Việt Nam chưa?

3) Anh có thích món ăn của miền Nam Việt Nam không?

4) Chị đã đi du lịch Đà Nẵng lần nào chưa?

5) Em nói tiếng Việt với người Việt Nam có tốt không?

2. Hoàn thành các câu sau, sử dụng "không thể thiếu được trong."

1) ______ bữa cơm của người Việt Nam.

2) ______ bữa cơm của người Hàn Quốc.

3) ______ dịp tết trung thu của người Việt Nam.

4) ______ dịp tết trung thu của người Hàn Quốc.

5) giao thông của người Việt Nam.

3. Sử dụng "chứ không" để hoàn thành các câu sau theo mẫu.

Mẫu

thích ăn bánh / thích ăn kẹo
→ Tôi thích ăn bánh chứ không thích ăn kẹo.

1) muốn đi bộ / muốn đi ô tô

2) thích đi du lịch biển / thích đi du lịch núi

3) thấy mùa xuân đẹp / thấy mùa đông đẹp

4) học giỏi tiếng Việt / học giỏi tiếng Anh

5) hát hay / đánh đàn giỏi

4. Sử dụng "ngoài...ra" để viết lại các câu sau.

Mẫu

Chị ấy chỉ thích cà phê.
→ Ngoài cà phê ra, chị ấy không thích gì nữa.
Tôi thích hoa hồng, tôi thích hoa ly nữa.
→ Ngoài hoa hồng ra, tôi còn thích hoa ly nữa.

1) Anh ấy chỉ biết nói tiếng Việt.

2) Tôi nấu được phở, tôi cũng nấu được bún thang nữa.

3) Anh ấy có bằng đại học về quản trị kinh doanh, anh ấy cũng có bằng đại học về công nghệ thông tin nữa.

4) Mẹ tôi nấu ăn ngon, mẹ tôi cũng may quần áo rất đẹp nữa.

5) Chị ấy sợ lạnh, chị ấy cũng sợ nóng nữa.

5. Chọn một câu sai trong các câu sau đây.

1) Chị ấy nhiều tuổi hơn anh ấy.

2) Chị ấy già hơn anh ấy.

3) Chị ấy già tuổi bằng anh ấy.

4) Chị ấy già nhất.

III. BÀI ĐỌC

Ẩm thực Việt Nam

Việt Nam là đất nước nông nghiệp lúa nước **điển hình**. Bữa ăn của người Việt Nam phản ánh rất rõ ràng các đặc điểm của văn hoá nông nghiệp lúa nước đó.

Cơm được coi là quan trọng nhất trong bữa ăn truyền thống của người Việt Nam, bởi vậy bữa ăn của người Việt Nam còn được gọi là "bữa cơm". Rau là thực phẩm quan trọng thứ hai. Rau đặc trưng nhất của Việt Nam là rau muống. Các loại rau thường được ăn sống, hoặc luộc, xào, hay **muối dưa**, **muối cà**... hay còn có thể nấu thành các món canh. Người Việt có một món canh "đặc sản" mà ít người nước ngoài nào thích, đó là canh rau luộc.

Các món ăn từ động vật không chiếm số lượng quá nhiều trong bữa ăn của người Việt xưa. Các loại thịt được dùng phổ biến là lợn, bò, gà, vịt... và các loại thủy sản, hải sản như tôm, cua, cá...

Một nét đặc biệt của ẩm thực Việt Nam là bát nước mắm. Nước mắm không thể thiếu được trong bữa ăn của người Việt Nam. Nước mắm được làm từ cá, có mùi khá khó chịu đối với những người lần đầu thưởng thức. Tuy nhiên, khi đã quen thì nhiều người lại **nghiện** nước mắm. Trong bữa cơm, mọi người dùng chung một bát nước mắm. Do đó, bát nước mắm thể hiện tinh thần cộng đồng của người Việt.

Ẩm thực Việt Nam là một nền ẩm thực vô cùng phong phú và hấp dẫn đối với người nước ngoài. Ẩm thực miền Bắc thường **thanh**, không **đậm** vị cay, béo, ngọt bằng các vùng khác. Các món đặc sản của ẩm thực Bắc là phở, bún thang, bún chả, bánh cuốn... Ẩm thực miền Nam thường cay, béo và nhiều ngọt, hay sử dụng sữa dừa. Các món đặc sản của ẩm thực Nam là hủ tiếu, bún mắm, nem nướng... Ẩm thực miền Trung sử dụng cay nhiều nhất, thức ăn ngọt nhưng không ngọt bằng miền Nam. Các món đặc sản của ẩm thực miền Trung là bún bò Huế, bánh bèo, bánh xèo...

Trong xã hội ngày càng hiện đại và **bận rộn**, bữa cơm truyền thống vẫn giữ vai trò **gắn kết** quan trọng trong đời sống gia đình của người Việt Nam.

Ẩm thực Hàn Quốc

Gần đây, nhờ ảnh hưởng của làn sóng Hàn Quốc, món ăn Hàn Quốc được thế giới biết đến nhiều hơn. Món ăn Hàn Quốc không chỉ được ưa thích bởi hương vị mà còn bởi sự giàu dinh dưỡng của món ăn.

Đối với người Hàn Quốc, kimchi là món không thể thiếu được trong bữa cơm. Kim chi được làm từ **cải thảo**, **củ cải ngâm** nước muối, sau đó **ướp** với ớt bột, hành lá, tỏi, gừng, nước tương. Kimchi có rất nhiều loại: kimchi cải thảo(beachukimchi), kimchi củ cải(gaktugi), kimchi củ cải non (chonggakkimchi), kimchi trắng (baekkimchi), kimchi hành (pakimchi) v.v... Ngoài ra, còn có nhiều món ăn dùng nguyên liệu kimchi như canh kimchi, cơm rang kimchi, bún kimchi, bánh bao kimchi, kimchi **tẩm** bột chiên v.v...

Có ba gia vị đóng vai trò quyết định hương vị trong món ăn của Hàn Quốc, đó là nước tương (ganjang), đậu tương (doenjang) và tương ớt (gochujang), những loại gia vị được tạo thành từ quá trình lên men... Cả ba loại gia vị trên đều được làm từ đỗ tương hấp chín, phơi khô gọi là mechu.

Mâm cơm truyền thống của người Hàn Quốc có rất nhiều món, từ cơm, canh cho đến các món kimchi, mắm, món canh **hầm**, món nướng, món rim, món xào, món rau trộn, món trộn sống, món ướp mặn. Các món ngon nổi tiếng của Hàn Quốc có thể kể đến là món bibimpap (cơm trộn), bulgogi (thịt bò xào), canh đậu tương đặc, canh gà hầm sâm...

điển hình	전형적인	củ cải	무
muối	소금물에 절인	ngâm	담그다
nghiện	중독되다	ướp	(양념에) 절이다, 섞다
thanh	깨끗하고 맑은 (맛)	tẩm	젖다, 젖어들다, 깊이 스며들다
đậm	진한	men	효모, 발효하다
bận rộn	바쁜	mâm	쟁반
gắn kết	응집하다, 유착하다	hầm	음식을 약한 불로 오랫동안 끓이다
cải thảo	배추		

muối dưa

muối cà

IV. LUYỆN TẬP

1. Dựa vào bài đọc, hãy trả lời các câu hỏi sau.

1) Vì sao có thể nói truyền thống văn hoá của người Việt Nam trong việc ăn uống là truyền thống văn hoá nông nghiệp lúa nước?

2) Loại rau nào phổ biến nhất ở nông thôn Việt Nam?

3) Tại sao nước mắm không thể thiếu được trong bữa cơm của người Việt Nam?

4) Sự khác nhau của ẩm thực ba miền như thế nào?

5) Bạn hãy kể tên ba thứ gia vị được tạo thành từ quá trình lên men mà góp phần làm nên các món ăn ngon của Hàn Quốc.

2. Hãy chọn các từ ngữ thích hợp để điền vào chỗ trống trong các câu sau.

nước nhiệt đới	nghiện	lúa nước	hương vị
dinh dưỡng	đặc sản	ẩm thực	gắn kết
thưởng thức	cộng đồng		

1) Đối với người Việt, ________ không chỉ là một loại cây lương thực quý mà còn là một biểu tượng của nền kinh tế nông nghiệp Việt Nam từ hàng ngàn năm nay.

2) Bibimbap là một món ăn ________ của Hàn Quốc, bao gồm cơm trắng, các loại rau và thịt trộn lẫn với nhau.

3) Việt Nam là một ________ với khí hậu nhiệt đới gió mùa.

4) Việt Nam không chỉ thu hút du khách bởi phong cảnh đẹp, các giá trị văn hoá truyền thống, mà còn hấp dẫn khách bởi văn hoá ________ phong phú, đặc sắc.

5) ________ thuốc lá có thể gây ra rất nhiều nguy hại đối với bản thân và xã hội.

6) Ở Việt Nam, bữa cơm tối được coi như một sự ________ chặt chẽ giữa các thành viên trong gia đình.

7) Ăn phở ở Hàn Quốc cũng giống như ăn kimchi ở Việt Nam, mặc dù vẫn là phở và kimchi nhưng ____________ của các món này ở nước ngoài đã thay đổi nhiều so với ở trong nước.

8) Đối với người Việt Nam, uống trà không chỉ để ____________ vị trà, mà còn để ____________ hương thơm của trà nữa.

9) Hiện nay, ____________ người Việt ở nước ngoài đang tích cực phát triển các chương trình dạy tiếng Việt cho con em của họ.

10) Các món ăn trong nhà hàng luôn phải đảm bảo vừa đủ ____________, vừa đẹp mắt để hấp dẫn khách hàng.

BÀI TẬP TỰ CHUẨN BỊ

1) Chọn một món ăn nổi tiếng của Việt Nam và giới thiệu về món ăn đó (về cách chế biến, ý nghĩa, cách ăn, lịch sử...).

2) Chọn một món ăn nổi tiếng của Hàn Quốc và giới thiệu về món ăn đó.

3) So sánh mâm cơm truyền thống trong ngày Tết âm lịch của Việt Nam và Hàn Quốc.

BÀI 7

HỆ THỐNG GIÁO DỤC Ở VIỆT NAM

I. HỘI THOẠI

Lan: Chào Hoa, lâu lắm mới gặp em.

Hoa: Chào chị Lan, chị có khoẻ không ạ?

Lan: Dạo này chị bận quá nên hơi mệt em ạ. Con út của chị đang ôn thi lên lớp 10.

Hoa: Ồ, năm nay cháu đã vào lớp 10 rồi ạ? Nhanh quá.!. Cháu định thi vào trường nào ạ?

Lan: Cháu định thi vào trường Arms*.

Hoa: Chắc là cháu học giỏi lắm. Muốn thi vào Arms thì điểm thi Văn, Toán, và Ngoại ngữ phải rất cao. **Tỉ lệ cạnh tranh** của trường Arms năm nào cũng rất cao.

Lan: Cháu học tốt. Từ tiểu học đến bây giờ năm nào cháu cũng đứng đầu lớp. Nhưng khi đi thi, thỉnh thoảng cháu vẫn mất **bình tĩnh**. Chị lo lắm. Cháu muốn học Arms để tìm **học bổng** đi du học.

Hoa: Cháu muốn học đại học ở nước ngoài ạ?

Lan: Ừ, cháu nói là học đại học ở nước ngoài thì sau này tìm việc sẽ dễ hơn học đại học ở trong nước.

Hoa: Thế cháu có muốn học sau đại học ở nước ngoài không ạ?

Lan: Cháu chưa có kế hoạch cụ thể. Nếu thuận lợi thì sau khi tốt nghiệp đại học cháu sẽ học để lấy bằng **thạc sĩ**. Còn bằng **tiến sĩ** thì lâu quá.

* Trường trung học phổ thông Hà Nội Amsterdam

Hoa: Con em đang học đại học năm thứ nhất rồi. Cháu học tiếng Anh rất giỏi, nhưng chỉ muốn học trong nước. Cháu nói là học ở đâu cũng được, quan trọng là phải **nỗ lực**.

Lan: Đúng rồi. Việc học hành bây giờ vất vả quá. Con em học **ngành** gì?

Hoa: Con em học ngành **y** ạ.

Lan: Ôi tốt quá, sau này nhà em có bác sĩ rồi.

bình tĩnh	침착하다	y	의학
học bổng	장학금	con út	막내
tỉ lệ	비율	cạnh tranh	경쟁
thạc sĩ	석사	tiến sĩ	박사
nỗ lực	노력	ngành	전공

II. CHÚ THÍCH NGỮ PHÁP

1 Lên (오르다, 진급하다.)

Lên được dùng trong trường hợp một học sinh chuyển bậc học cao hơn:

(Lên은 학년 진급할 때 사용된다.)

VD: Năm học tới con tôi lên lớp bốn. (내년에 나는 4학년 올라간다.)

Trước đây có thời gian ở Việt Nam học sinh tốt nghiệp phổ thông được lên đại học không phải thi.

(예전에 베트남에서는 시험을 보지 않고 고등학교 졸업 후 대학을 진학하는 학생들이 있었다.)

Cụm từ "lên lớp" ngoài nghĩa chỉ việc chuyển bậc học cao hơn, còn có nghĩa chỉ hoạt động dạy học (của thầy cô giáo)**.**

(lên lớp은 학년이 올라가는 의미 외에 단순히 (선생님의) 수업을 의미하기도 한다.)

VD: Cô Thanh đang lên lớp. (타잉 선생님은 수업에 가신다.)

Hay hoạt động tham gia lớp học của học sinh. (또는 학생의 수업참여 활동을 뜻한다.)

VD: Mỗi tuần chúng tôi lên lớp ba buổi. (매주 우리는 3번 수업을 받는다.)

Chỉ hoạt động dạy bảo người khác. (다른 사람을 가르칠때도 사용한다.)

VD: Thôi, anh đừng lên lớp tôi nữa. (당신은 더이상 제 수업에 오지 마세요.)

2 Lớp

Lớp ngoài nghĩa chỉ một lớp học, còn có nghĩa chỉ thời gian dạy học (giờ học, giờ lên lớp, giờ)**.**

(Lớp은 교실 외에 수업 시간을 뜻하기도 한다. (동의어 giờ học, giờ lên lớp, giờ))

VD: Hôm nay chị có mấy giờ(= giờ học/ giờ lên lớp)**?** (오늘 당신은 몇 시에 수업이 있어요?)

Lớp còn được dùng để thay thế cho môn học.

(Lớp은 수업 과목을 대신하기 위해 사용되기도 한다.)

VD: Ở trường đại học này, một sinh viên thường học bốn môn mỗi học kỳ.

(이 대학교의 학생은 보통 매 학기 4과목을 공부한다.)

Anh ấy đang học một lớp tiếng Pháp buổi tối.

(그는 저녁 시간에 프랑스어 수업을 듣는다.)

3 Muốn A phải A

Cấu trúc **Muốn A phải B** gồm hai mệnh đề thể hiện cách thức đạt được một mục đích nào đó. **Muốn** đứng ở đầu mệnh đề biểu thị mục đích, **phải** đứng ở mệnh đề tiếp theo biểu thị cách thức đạt được mục đích đó.

(Muốn A phải B 구문은 목적과 그 목적을 이루기 위한 방법을 나타내는데 사용된다. Muốn 뒤에는 목적이 오며, phải 뒤에는 목적을 이루기 위한 방법이 온다.)

VD: Muốn tốt nghiệp, học sinh phải qua kì thì tốt nghiệp trung học phổ thông do Bộ Giáo dục và Đào tạo tổ chức.

(졸업을 위해 학생은 교육부가 주관하는 고등학교 졸업 시험을 통과해야 한다.)

Thì có thể được sử dụng giữa hai mệnh đề. (Thì는 두 절 사이에 사용할 수 있다.)

VD: Muốn tốt nghiệp *thì* học sinh phải qua kỳ thi tốt nghiệp trung học phổ thông do Bộ Giáo dục và Đào tạo tổ chức.

(졸업을 위해서는 학생은 교육부가 주관하는 고등학교 졸업 시험을 통과해야 한다.)

4 Chắc là ~ (~아마도)

Chắc là đứng ở đầu một câu, thể hiện tính dự đoán của người nói. (thông tin trong câu chỉ là dự đoán chứ không chắc chắn sẽ xảy ra.)

(Chắc là는 문두에 위치하며, 화자의 예상을 나타낼 때 사용한다. (문장의 정보가 확실히 일어날지 예상하는 것은 아니다.))

VD: Chắc là trời sắp mưa. (아마도 곧 비가 올 거야.)

Chắc là cháu học giỏi lắm. (아마 그는 공부를 매우 잘할거야.)

5 Từ nghi vấn + cũng (의문사 + cũng)

Đây là cấu trúc chỉ sự toàn bộ (không loại trừ)**. Từ nghi vấn có thể dùng trong cấu trúc này là** ***nào, ai, đâu, bao giờ*****....**

(이것은 전체를 가리키는 구문이다 (빼놓는 것 없이). nào, ai, đâu, bao giờ 등과 같은 의문사와 사용할 수 있다.)

VD: Năm nào cháu cũng đứng đầu lớp. (= Tất cả các năm cháu đều đứng đầu lớp.)

(매년 그 아이는 1등을 한다.)

Học ở đâu cũng được. (= Học ở tất cả mọi nơi đều được.)

(어디서 공부하든 상관 없다.)

Ai cũng biết chị ấy. (=Tất cả mọi người đều biết chị ấy.)

(누구나 그녀를 안다.)

BÀI TẬP

1. Sử dụng từ "lên" (kết hợp với từ khác) để viết lại các câu sau.

1) Năm nay con tôi sẽ học lớp 4.

2) Cô giáo đã bắt đầu dạy học rồi.

3) Em phải đi nhanh vì sợ vào lớp muộn.

4) Em bé năm nay sẽ được 2 tuổi.

5) Chị ấy không biết gì mà luôn thích dạy bảo tôi.

2. Sử dụng "muốn...(thì) phải" để ghép cột A với cột B.

A	B
1. lấy bằng tiến sĩ ở Việt Nam	a. chọn được nguyên liệu tốt
2. nấu ăn ngon	b. không được sợ sai
3. học trường đại học nào ở Việt Nam	c. có xương bò, thịt bò, và bánh phở
4. làm phở bò Việt Nam	d. nộp hồ sơ xét tuyển vào trường đại học ấy
5. nói ngoại ngữ tốt	e. hoàn thành chương trình học nghiên cứu sinh và bảo vệ thành công luận án

1)

2)

3)

4)

5)

3. Sử dụng "chắc là" để viết tiếp các câu sau.

1) Trời bỗng nhiên tối quá, .

2) Sắp thi học kì nhưng em chưa học gì cả, .

3) Bạn ấy học rất giỏi và rất thích đi du học, .

4) Chị ấy vừa nộp hồ sơ vào Đại học Quốc gia Hà Nội, .

5) Sau khi tốt nghiệp đại học ở Hàn Quốc, .

4. Sử dụng cấu trúc "từ nghi vấn + cũng" để viết lại các câu dưới đây.

1) Hàng ngày tôi đều đi học đúng giờ.

2) Ở đây tất cả mọi người đều biết tôi.

3) Các học sinh đều phải đi học đúng giờ.

4) Tôi thích tất cả các món ăn của Việt Nam.

5) Tất cả các nơi du lịch ở Hàn Quốc đều đẹp.

III. BÀI ĐỌC

Chế độ giáo dục của Việt Nam

Hệ thống giáo dục ở Việt Nam hiện nay được **chia thành** các **bậc** học: giáo dục **mầm non** (**nhà trẻ** và **mẫu giáo**), giáo dục **phổ thông** (tiểu học, trung học cơ sở, trung học phổ thông), giáo dục đại học (trung cấp, **cao đẳng**, đại học) và giáo dục **sau đại học** (thạc sĩ, tiến sĩ).

Trẻ em có thể bắt đầu đi học nhà trẻ ở bất cứ độ tuổi nào dưới 3 tuổi. Sau 3 tuổi, trẻ em lên mẫu giáo. 6 tuổi bắt đầu đi học tiểu học (5 lớp). Sau khi kết thúc lớp 5, các em có thể vào học Trung học cơ sở mà không cần phải thi tốt nghiệp tiểu học.

Trung học cơ sở có 4 lớp. Sau khi học xong lớp 9, học sinh có thể vào các trường dạy nghề hoặc trung cấp chuyên nghiệp mà không cần học tiếp bậc trung học phổ thông. Các học sinh tiếp tục học lên cấp thì sẽ được tuyển vào các trường trung học phổ thông bằng hình thức thi (thi toán, văn, ngoại ngữ) hoặc xét **điểm tích lũy** trong 4 năm học.

Trung học phổ thông có 3 lớp. Sau khi học xong lớp 12, học sinh sẽ tham gia kì thi tốt nghiệp phổ thông và được **xét tuyển** vào đại học.

Chương trình đào tạo đại học thường kéo dài từ 4 đến 6 năm tùy theo ngành học. Sau khi tốt nghiệp đại học, sinh viên có thể thi tuyển để học cao học, học trong 2 năm để lấy bằng Thạc sĩ.

Người đã học xong bậc Thạc sĩ có thể tiếp tục thi tuyển để làm Nghiên cứu sinh. Thời gian làm nghiên cứu sinh là 3 - 5 năm. Sau khi bảo vệ luận án thành công, nghiên cứu sinh sẽ được cấp bằng Tiến sĩ.

Chế độ giáo dục của Hàn Quốc

Chế độ giáo dục của Hàn Quốc về cơ bản có thể chia thành đào tạo **hệ chính quy** (**công lập**), hệ không chính quy (**dân lập**), giáo dục đặc biệt, chương trình giáo dục cho người lớn tuổi… Hệ thống đào tạo cơ bản của giáo dục Hàn Quốc theo quy định là 6-3-3-4. Tiểu học 6 năm → Trung học cơ sở 3 năm → Trung học phổ thông 3 năm → Đại học 4 năm và đào tạo cao học thạc sĩ, tiến sĩ. Ngoài ra còn có nhà trẻ là cơ sở giáo dục cơ bản trước khi đi học tiểu học và cơ sở giáo dục đặc biệt dành cho người **khuyết tật**.

Giáo dục tiểu học của Hàn Quốc bắt đầu khi trẻ đủ 6 tuổi. Khoảng thời gian giáo dục đào tạo bắt buộc là 9 năm cho đến hết bậc trung học cơ sở. Bậc trung học phổ thông có trung học phổ thông **khối nhân văn** dành cho học sinh có mục đích học lên đại học và trung học phổ thông dạy nghề có **trọng tâm** là đào tạo nghề.

Đại học có đại học tổng hợp (university) quy chế 4 năm và cao đẳng quy chế 2-3 năm. Gần đây, nhu cầu học đại học của người dân ngày càng tăng cao. Đồng thời, số lượng người dân biết dùng internet tăng lên. Từ đó dẫn đến việc phát triển hình thức giáo dục suốt đời và giáo dục đại học **ảo** (cyber). Như vậy, mặc dù bạn đi làm nhưng bạn vẫn có thể tiếp tục học đại học (tuy hơi muộn) và cũng có thể học thông qua mạng internet tại nhà để lấy được bằng đại học.

hệ thống giáo dục	교육제도	tuyển	선택하다
chia thành	나누다	luận án	논문
bậc	정도, 단계, 급	công lập	공립
mầm non	유치원	dân lập	사립
nhà trẻ	어린이 집	hệ	체계
mẫu giáo	유치원	chính quy	정규
cao đẳng	3년제 대학	khuyết tật	장애가 있는
độ tuổi	연령대	khối nhân văn	인문계열
xét	판단하다	trọng tâm	중심(重心)
điểm tích lũy	누적 학점	ảo	가상, 사이버

IV. LUYỆN TẬP

1. Dưa vào bài đọc, hãy trả lời các câu hỏi sau.

1) Hệ thống giáo dục ở Việt Nam chia thành những bậc nào?

2) Khi nào thì học sinh có thể vào học ở các trường trung cấp chuyên nghiệp hoặc dạy nghề?

3) Sau khi tốt nghiệp cao học, người học được cấp bằng gì? Sau khi bảo vệ thành công luận án tốt nghiệp, nghiên cứu sinh được cấp bằng gì?

4) Chế độ giáo dục của Hàn Quốc về cơ bản được chia thành các hình thức nào?

5) Giáo dục đào tạo bậc đại học của Hàn Quốc được phân chia như thế nào?

6) Xu hướng hình thức đào tạo bậc đại học ở Hàn Quốc gần đây thay đổi như thế nào? Có những hình thức đào tạo gì?

Bài 2. Tìm từ ngữ thích hợp và điền vào chỗ trống trong những câu sau.

hệ thống	thay đổi	môn thi
trường chuyên	thi tuyển	chuyên ngành
nguyện vọng	bảo vệ	

1) Sau khi ________ luận án tiến sĩ thành công, cô ấy sẽ được cấp bằng tiến sĩ.

2) ________ giáo dục Việt Nam được chia thành các bậc: giáo dục mầm non, giáo dục phổ thông, giáo dục đại học và giáo dục sau đại học.

3) Cách đây 5 năm chị ấy rất xinh đẹp, nhưng bây giờ chị ấy già đi và xấu đi nhiều. Chị ấy ________ nhiều quá!

4) Ở cấp trung học phổ thông, bạn có thể học ở một trường bình thường hoặc một ________ nếu bạn học rất giỏi một môn nào đó.

5) Khi tốt nghiệp, các học sinh có thể phải thi nhiều môn, trong đó có 3 bắt buộc là văn, toán, và ngoại ngữ.

6) Các sinh viên tiếng Việt có nhiều cơ hội tìm việc làm tốt. Vì thế, nhiều học sinh sau khi tốt nghiệp phổ thông đã chọn tiếng Việt để học đại học.

7) Sau khi tốt nghiệp đại học, các sinh viên có thể đăng kí vào các công ty lớn bằng hình thức phỏng vấn.

8) Mặc dù đã thi đỗ vào một công ty lớn ở Hà Nội nhưng chị ấy vẫn từ chối đi làm, vì chị ấy có muốn làm việc ở quê hương.

BÀI TẬP TỰ CHUẨN BỊ

1) Giới thiệu về hệ thống giáo dục của Việt Năm bằng sơ đồ.

2) Giới thiệu về hệ thống giáo dục của Hàn Quốc bằng sơ đồ.

BÀI 8

ÔN TẬP 1

Hoàng thành Thăng Long Hà Nội, Cột cờ Hà Nội

BÀI TẬP

1. Chọn câu đúng trong các câu dưới đây.

1) a. Trong các sinh viên ở đây, những em nào chưa làm bài tập?
   b. Trong những sinh viên ở đây, các em nào chưa làm bài tập?
   c. Trong sinh viên ở đây, những em nào chưa làm bài tập?
   d. Trong các sinh viên ở đây, các em nào chưa làm bài tập?

2) a. Tôi thích cả hai ngoại ngữ: vừa tiếng Anh vừa tiếng Việt.
   b. Tôi vừa thích tiếng Anh vừa thích tiếng Việt.
   c. Tôi thấy tiếng Anh vừa khó vừa rất vui.
   d. Tôi vừa nghe được tiếng Anh vừa không nghe được tiếng Việt.

3) a. Anh ấy sẽ đi làm sau khi bữa cơm.
   b. Anh ấy sẽ đi làm sau ăn cơm xong.
   c. Anh ấy sẽ đi làm sau khi ăn cơm xong.
   d. Anh ấy sẽ đi làm sau khi giờ ăn cơm.

4) a. Chị ấy làm việc ở công ty này những 5 năm rồi, khó ai có thể thay thế được vị trí của chị ấy.
   b. Chị ấy làm việc ở công ty này có 5 năm, khó ai có thể thay thế được vị trí của chị ấy.
   c. Chị ấy làm việc ở công ty này chỉ 5 năm thôi, làm sao người khác thay thế được.
   d. Chị ấy làm việc ở công ty này chỉ những 5 năm, không ai thay thế được.

5) Trong gia đình tôi, anh trai tôi cao bằng ông nội và cao hơn em trai, nhưng không cao bằng bố tôi. Tôi thấp hơn mẹ tôi, mẹ tôi cao bằng em trai tôi.

a. Em trai tôi thấp hơn cả.

b. Mẹ tôi cao hơn anh trai tôi.

c. Bố tôi cao nhất.

d. Ông nội tôi thấp hơn tôi.

2. Chọn một từ đúng để điền vào chỗ trống:

1) Cảm ơn anh đã đưa em đi chơi, làm cho em vui ______ .

a. hơn cả　　b. hơn nhiều　　c. hết sức　　d. b và c

2) Về mặt diện tích, TP. Hồ Chí Minh là thành phố lớn thứ hai Việt Nam ______ Hà Nội.[1)]

a. so với　　b. cùng với　　c. sau　　d. a và c

3) Anh ấy ______ cô ấy gửi quà.

a. chưa bao giờ　　b. được　　c. bị　　d. nhận

4) Hoa và nến là những thứ không thể ______ được trong các lễ sinh nhật.

a. có　　b. đầy đủ　　c. thiếu　　d. vắng

---

1) Diện tích Hà Nội: 3.329 km^2
Diện tích thành phố Hồ Chí Minh: 2.096 km^2

5) A: Khi nấu canh này thì phải thêm hành hay gừng?

B: ________ cũng được.

a. cái gì b. cái nào c. ở đâu d. a và b e. a, b và c

3. Dùng các từ "có / những" hoặc "chưa bao giờ" để viết câu trả lời cho các câu hỏi sau.

1) Bạn đã đi du lịch mấy nước rồi? Đó là những nước nào?

2) Bạn đã đi tham quan mấy nơi ở Việt Nam? Đó là những nơi nào?

3) Bạn đã ăn những món gì ở Việt Nam? Đó là những món nào?

4) Từ nhà bạn đến trường mất bao lâu?

5) Bạn đã học mấy bài hát tiếng Việt? Tên của các bài hát đó là gì?

4. Tìm lỗi sai (về ngữ pháp hoặc nghĩa) trong các câu sau đây và đề xuất cách sửa.

1) - Đi Việt Nam thì nên đi biển hay thành phố lớn?

- Tôi cho là các anh chị nên đi biển đã sau khi đến các thành phố lớn.

A B C D

2) Anh ấy là người dễ tính còn gì vợ anh ấy làm gì cũng được, anh ấy không bao giờ phàn nàn.

A B C D

3) Chẳng lẽ tôi là giám đốc mà phải đi làm từng việc cụ thể hộ các anh chị còn gì.

A B C D

4) Lúc nào anh ấy cũng luôn biết đến tiền mà thôi.

A B C D

5) Gia đình bạn ấy rất giàu, hơn nữa bạn ấy còn bị bệnh nặng.

A B C D

5. Sắp xếp các từ thành câu hoàn chỉnh.

1) con / năm / tôi / lên / bốn / nay / của / lớp

2) tôi / không/ ăn / ăn / muốn / muốn / phở / bún chả / chứ

3) ngoài / biết / cô ấy / món / Việt Nam / món / Hàn Quốc / nấu / nấu / còn / biết / nữa

4) tôi / gặp / chưa / chị ấy / bao giờ

5) Tôi / em ấy / vui / nghĩ / em ấy / buồn / thực ra / rất / nhưng

6. Viết tiếp các câu sau.

1) Các món ăn của miền Bắc Việt Nam rất da dạng và hấp dẫn, chẳng hạn như:

2) Tôi không thích trời nóng, hơn nữa

3) Ở Việt Nam, muốn học đại học phải

4) Tôi rất thích áo dài Việt Nam. Chắc là

5) Anh ấy lúc nào cũng hỏi tôi về chị ấy, chẳng lẽ

6) Áo dài của phụ nữ Việt Nam vừa

7) 5 bát cơm là ít.

8) Mọi người nghĩ mặc áo dài rất tiện nhưng thực ra

9) quán ăn bình dân mà thôi.

10) đã.

7. Ghép hai cột sao cho phù hợp với nhau về ý nghĩa :

A	B
1. Đám cưới 2. Ăn hỏi 3. Lễ gia tiên 4. Xung khắc 5. Xe hoa	a. Cô dâu và chú rể đang đứng trước bàn thờ tổ tiên để làm lễ. b. Hai người ấy không hợp tuổi đâu, nếu lấy nhau chắc là sẽ cãi nhau nhiều. c. Xe ô tô chở cô dâu và chú rể đang chạy trên đường phố. d. Hôm nay là lễ thành hôn của hai anh chị, chúc mừng hạnh phúc của anh chị. e. Nhà trai đang chuẩn bị mang lễ vật vào rồi, nhà gái chuẩn bị nhận đi.

8. Xem hai bản đồ du lịch dưới đây, lập một hành trình du lịch cùng bạn bè đi qua một số điểm du lịch từ Bắc vào Nam của Việt Nam hoặc Hàn Quốc. Giới thiệu hành trình du lịch đó và các nét đặc sắc (ẩm thực, phong cảnh hoặc văn hoá) ở mỗi nơi đi qua.

BÀI 9

LỄ HỘI VIỆT NAM

I. HỘI THOẠI

Jung: Hôm nọ mình đi xem hội Lim ở Bắc Ninh. Mình được nghe một bài hát rất hay, mình nghe nói bài ấy rất nổi tiếng mà không nhớ tên bài hát là gì.

Nga: Có phải bài Bèo dạt mây trôi không?

Jung: Đúng rồi đúng rồi. Nga giỏi quá.

Nga: Bài hát này rất nổi tiếng ở Việt Nam đấy. Bài hát này là **dân ca quan họ Bắc Ninh**, được rất nhiều người nước ngoài yêu thích.

Jung: Thế à? Bạn có thể hát được không? Mình thích bài này lắm.

Nga: Mình hát không nổi, vì hôm nay mình bị viêm họng. Nhưng bạn mình có thể hát được đấy.

(Bạn của Nga hát Bèo dạt mây trôi[1])

Jung: Ôi hay quá, mặc dù không hiểu ý nghĩa nhưng mình thấy **giai điệu** rất hay.

Nga: Bài hát nói về **nỗi nhớ** của hai người yêu nhau. Cô gái nhớ người yêu đang ở xa.

Jung: Bài hát có rất nhiều **cảm xúc** phải không?

---

1) bèo dạt mây trôi : 베트남 전통 민요

Nga:	Ừ. Cả mình lẫn bạn mình đều rất thích bài hát này. Bài hát này cũ chứ không phải mới, nhưng vẫn được nhiều bạn trẻ yêu thích. Mình hi vọng Jung cũng thích và có thể hát được.
Jung:	Hay là mình học thử. Mình rất thích dân ca của Việt Nam, và bài này rất hay.

dân ca	민요	nỗi nhớ	그리움
quan họ Bắc Ninh	박닝성 민요	cảm xúc	감정
giai điệu	멜로디		

II. CHÚ THÍCH NGỮ PHÁP

1 ~ đấy? (~ đấy)

a. Từ đấy đứng cuối câu hỏi, làm cho câu thêm thân mật.

(의문문 끝에 위치하며, 친밀감을 더하기 위해 사용한다.)

VD: Chị đi đâu đấy? (어디가요?)

Anh đang làm gì đấy? (뭐하고 있어요?)

b. Từ *đấy* đứng cuối câu trần thuật, dùng để biểu thị ý thông báo.

(평서문 끝에 위치하며, 통보의 의미를 표현하기 위해 사용한다.)

VD: Đây là khách sạn Hà Nội đấy. (여기가 하노이 호텔입니다.)

Tuần trước tớ đi hội Lim đấy. (지난주에 나 Lim 축제 갔어.)

2 Hay (Hay là) ~ (~든지)

Biểu thị điều sắp nêu ra là một dự đoán hoặc một dự định mà người nói chưa chắc chắn.

(화자의 예정이나 계획이 확실하지 않지만 곧 일어날 것을 표현한다.)

VD: Hay mình học thử. (내가 혼자 공부해보던지.)

Hay là chúng ta không đợi chị ấy nữa. (우리 (더이상) 그녀를 기다리지 말까?)

3 Cả A lẫn B / cả A và B (A와 B 모두)

Đây là cặp liên từ dùng để nhấn mạnh sự đẳng lập giữa hai người, hai vật hoặc hai sự vật. Vì vậy, sau cả và lẫn/ và luôn luôn là các danh từ, không thể là động từ hay tính từ.

(이 구문은 연속된 두 명사를 강조할 때 사용한다. 그래서 cả와 lẫn의 뒤에는 항상 명사가 오며, 동사와 형용사는 올 수 없다.)

a. Nhấn mạnh chủ ngữ: (주어 강조)

Mẫu Cả + Chủ ngữ^{1} + lẫn/và + chủ ngữ^{2} + tính từ
động từ

VD: Cả tôi lẫn em tôi đều học ở trường này. (나와 내 동생 모두 이 학교에서 공부한다.)

Cả tiếng Việt lẫn tiếng Nhật đều khó. (베트남어와 일본어 모두 어렵다.)

b. Nhấn mạnh bổ ngữ (보어 강조)

Mẫu Chủ ngữ + động từ + cả + bổ ngữ^{1} + lẫn/và + bổ ngữ^{2}

VD: Anh ấy học cả tiếng Anh lẫn tiếng Nga. (그는 영어와 러시아어 모두 공부한다.)

Chúng tôi đã đi du lịch cả Pháp và Mĩ. (우리는 프랑스와 미국 모두 여행을 갔다.)

c. Nhấn mạnh trạng ngữ: (부사 강조)

Mẫu Cả + Trạng ngữ^{1} + lẫn/và + trạng ngữ^{2}+ chủ ngữ + đều + tính từ
động từ

VD: Cả hôm qua lẫn hôm nay trời đều mưa. (어제와 오늘 모두 비가 왔다.)

Cả khi đi học lẫn khi ở nhà, tôi đều buồn ngủ.
(학교 갈 때와 집에 있을 때 나는 모두 졸립다.)

4 ~ không xuể (수량이 많아서 할 수 없다.)

Cụm từ này có ý nghĩa: không thể làm xong việc gì đó vì số lượng/ khối lượng công việc quá lớn.

(이 구문은 동사의 양이 너무 많아서 할 수 없음을 나타낼 때 사용한다.)

Mẫu Chủ ngữ + động từ + không xuể
Chủ ngữ + không + động từ + xuể

VD: Nhiều bài tập quá, anh ấy làm không xuể. (숙제가 많아서 그는 할 수 없다.)

Tôi không ăn xuể chỗ thức ăn này. (나는 이 식사 자리에서 먹을 수 없다.)

5 ~ không nổi (가능성이 없어서 할 수 없다.)

Cụm từ này có nghĩa: không thể làm được việc gì đó vì việc ấy vượt quá khả năng của bản thân

(이 구문은 자신의 역량에 넘어서는 일이기에 할 수 없음을 나타낼 때 사용한다.)

Mẫu

Chủ ngữ + động từ + không nổi

Chủ ngữ + không + động từ + nổi

VD: Vấn đề này quá phức tạp, tôi giải quyết không nổi.

(이 문제는 복잡해서 내가 풀 수 없다.)

Tôi không ăn nổi món ăn cô ấy nấu.

(나는 그녀가 요리한 음식을 먹을 수가 없다.)

BÀI TẬP

1. Viết câu theo mẫu.

Mẫu

anh ấy đi học muộn / anh ấy ốm

→ Anh ấy đi học muộn quá. Hay là anh ấy ốm.

1) Trời tối / sắp mưa

2) Nhìn chị mệt / chị về trước

3) Bài tập khó / hỏi cô giáo

4) Dân ca quan họ hay / học hát mấy bài

5) Việt Nam nhiều lễ hội / đi tham dự thử một lễ hội

2. Sử dụng "cả...và" hoặc "cả....lẫn" viết lại các câu sau.

1) Tôi đã từng đi dự Hội Lim rồi, anh ấy cũng thế.

2) Festival múa mặt nạ Andong không chỉ thu hút khách trong nước mà còn thu hút cả khách quốc tế đến xem.

3) Chị ấy hát được dân ca quan họ, chị ấy cũng hát được cải lương.

4) Mùa thu, thời tiết ở Hàn Quốc rất đẹp, mùa xuân cũng thế.

5) Chị ấy đã đi Việt Nam rồi, anh ấy cũng thế.

3. Điền "không xuể" hoặc "không nổi" vào các câu sau.

1) Bài hát này khó quá, em hát .

2) Việt Nam có nhiều lễ hội quá, tôi đếm .

3) Trời dạo này nóng quá, anh chịu .

4) Sinh nhật của em mà anh ấy không đến, em vui .

5) Quán của chị hôm nay đông quá, phục vụ .

4. Chọn một câu sai trong các câu dưới đây.

1) Cả chị ấy và anh ấy cũng đi được xe máy.

2) Đi xe máy khó quá, tôi đi không nổi.

3) Đường Hà Nội nhiều xe máy quá, tôi đếm không xuể.

4) Đi xe máy ở Hà Nội tiện lắm, hay là chị tập lái xe đi?

5. Sắp xếp các từ thành câu.

1) Cô giáo / cả / lẫn / đã / anh ấy / chị ấy / phạt

2) tìm / không / quyển sách / mà / bạn ấy / nổi /đang / tìm

3) chị / chúng em / hay là / nhé / ngày mai / đi / với / chơi?

4) cho / cô giáo / bài tập / nhiều / tôi / không / làm / quá / xuể

5) cùng / với / em / hôm qua / đã / bạn em / đấy / Hội Lim / đi

III. BÀI ĐỌC

HỘI LIM

Hàng năm, vào ngày 13 tháng Giêng âm lịch, người ta tổ chức lễ hội tại đồi Lim, xã Lũng Giang, huyện Tiên Sơn, thành phố Bắc Ninh.Vào ngày này, cả người già lẫn người trẻ, đặc biệt là nam nữ thanh niên, đều **rủ** nhau đi xem hội. Không những người dân ở Bắc Ninh mà cả người dân ở các vùng **lân cận** như Hà Nội, Vĩnh Phúc, Thái Nguyên cũng đến dự hội Lim. Ở hội Lim có nhiều trò chơi truyền thống như: **đu quay**, đấu vật, đánh cờ người, bơi thuyền, thi **thổi xôi**, thi hát quan họ v.v... Ai cũng có thể tham gia. Người thắng sẽ được nhận phần thưởng, nhưng điều quan trọng không phải là vấn đề **thắng thua**, mà chủ yếu là mọi người cùng vui.

Nét đặc sắc của hội Lim chính là những bài hát dân ca quan họ Bắc Ninh của các liền anh liền chị vùng Kinh Bắc. Các liền anh mặc **áo the**, đội **khăn xếp**, còn các liền chị mặc **áo tứ thân**, đội **nón ba tầm**... Họ gặp nhau, chào hỏi nhau, mời trầu, mời hát, nói chuyện,... đều bằng những câu hát quan họ. Họ hát quan họ ở cả trên đồi, trong nhà lẫn dưới thuyền. Hát quan họ đã trở thành một **loại hình** văn hoá dân gian **độc đáo** của vùng đồng bằng Bắc bộ.

Festival múa mặt nạ Andong

Andong là địa điểm tiêu biểu lưu giữ nét văn hoá quý tộc xưa cũng như nét văn hoá thuộc **tầng lớp trí thức** Hàn Quốc. Nơi đây cũng được biết đến là địa điểm **bảo tồn** và **lưu truyền** nét truyền thống Nho Giáo mang theo những **giáo huấn** lâu đời của dân tộc Hàn Quốc. Trong đó, làng Hahoe là ngôi làng di sản văn hoá còn bảo tồn những tư liệu dân tộc quan trọng. Ở đây, có lễ **cầu thần** (byeolsingut) là lễ cầu xin **vị thần hộ mệnh** của làng phù hộ cho làng **bình** yên và có một năm mùa màng thuận lợi. Trong lễ cầu thần có trò chơi mà người dân đeo mặt nạ (gọi là mặt nạ Hahoe) để nhảy múa làm vui lòng các thần linh. Hahoe là tên của ngôi làng, có nghĩa là dòng sông **bao bọc** và **che chở** cho ngôi làng. Trước làng là dòng sông Nakdong hiền hoà, với cánh rừng thông **rậm rạp** tạo nên khung cảnh đẹp tuyệt vời. Năm 1999, chuyến thăm của nữ hoàng Anh Elizabeth đệ nhị đã khiến nơi đây càng thêm nổi tiếng. Hàng năm, tại Andong người ta vẫn tổ chức Festival múa mặt nạ để kỉ niệm lễ cầu thần linh Hahoe. Với chủ đề "Giấc mơ cô dâu", lễ hội có các sự kiện như **công diễn** múa mặt nạ truyền thống nổi tiếng trong và ngoài nước hay tổ chức sân chơi trò chơi dân gian… Các trò chơi dân gian khu vực Gyeongbuk cũng được chuẩn bị công diễn như trò chơi chajeon, notdaribarpgi… Ngoài ra cũng có các **trải nghiệm** thực tế như học múa mặt nạ, làm mặt nạ, in mặt nạ, làm sản phẩm thủ công từ giấy hanji, làm rượu truyền thống, tham gia hôn lễ truyền thống… Khách du lịch có thể ở qua đêm tại nhà truyền thống như làng nghệ thuật Jirye, suaedang (Hanok stay)…

rủ	권유하다	lưu truyền	유전되다, 전해지다
lân cận	인근	giáo huấn	교훈
đu quay	그네	cầu thần	신에게 빌다
đấu vật	씨름	vị thần hộ mệnh	수호신
thổi xôi	찹쌀밥을 짓다	bình yên	평온한
thắng thua	승패	bao bọc	주위를 둘러싸다
loại hình	유형	che chở	보호하다
độc đáo	독특한	rậm rạp	울창한
tầng lớp trí thức	지식층	công diễn	공연하다
bảo tồn	보존하다	trải nghiệm	체험하다

đu quay

đánh cờ người

áo the

nón ba tầm

하회별신굿

IV. LUYỆN TẬP

1. Dựa vào bài đọc, hãy trả lời các câu hỏi sau.

1) Hội Lim được tổ chức vào ngày nào và ở đâu?

2) Ở hội Lim có những cuộc vui gì?

3) Cái gì được coi là nét đặc sắc của hội Lim?

4) Những người hát quan họ mặc như thế nào?

5) Andong là địa điểm tiêu biểu cho nét văn hoá nào?

6) Hãy miêu tả sơ qua về làng Hahoe.

7) Mặt nạ được sử dụng trong trường hợp nào?

8) Hãy miêu tả khái quát về lễ cầu thần.

2. Tìm từ ngữ thích hợp và điền vào chỗ trống trong những câu sau.

lân cận	thắng thua	thổi xôi
trải nghiệm	đu quay	áo tứ thân
độc đáo	khăn xếp	

1) Dự báo thời tiết Hà Nội và các vùng ______ ngày mai sẽ có mưa to.

2) Các liền chị hát quan họ trông rất duyên dáng và xinh đẹp trong bộ ______, cùng với chiếc yếm, khăn mỏ quạ và nón quai thao.

3) Các liền anh thường mặc áo dài, đội ______.

4) Những cuộc thi đấu trong các lễ hội dân gian thường được tổ chức với mục đích vui vẻ, mọi người không quan trọng việc ______.

5) Vào ngày tết cổ truyền, người Việt Nam thường luộc bánh chưng, rán nem, ______, để chuẩn bị mâm cơm ngày Tết.

6) Hiện nay, các học sinh không những được học các kiến thức trong nhà trường, mà còn được tham gia nhiều hoạt động thực tế để ______ cuộc sống.

7) Nét của festival múa mặt nạ Hahoe là du khách có thể tham gia các hoạt động thực tế như học múa mặt nạ, làm mặt nạ, in mặt nạ, làm sản phẩm thủ công từ giấy hanji, làm rượu truyền thống.

8) là một trò chơi dân gian được trẻ em rất yêu thích từ xưa đến nay.

BÀI TẬP TỰ CHUẨN BỊ

1) Tìm hiểu về một lễ hội truyền thống của Việt Nam và giới thiệu về lễ hội đó (kèm theo hình ảnh).

2) Tìm hiểu về một lễ hội truyền thống của Hàn Quốc và giới thiệu về lễ hội đó (kèm theo hình ảnh).

BÀI 10

TẾT NGUYÊN ĐÁN

I. HỘI THOẠI

Lee: Làm gì mà chợ đông thế nhỉ? Toàn người là người.

Nga: Chợ tết mà. Mọi người đều đi chợ mua sắm để chuẩn bị Tết.

Lee: Nga có phải mua sắm cho ngày Tết không?

Nga: Không. Ở nhà tớ toàn là mẹ tớ đi chợ. Tớ không biết đi chợ là gì.

Lee: Thế ngày Tết thì cần mua những gì?

Nga: Ôi nhiều lắm. Đồ ăn này. **Hoa đào** này. Đồ **trang trí** nhà cửa này. Phong bao lì xì này.

Lee: Ồ, đồ ăn ngày Tết của Việt Nam có gì đặc biệt không?

Nga: Có chứ. Ngày bình thường, người Việt ăn cơm. Ngày Tết, người Việt thường ăn bánh chưng. Tớ toàn ăn bánh chưng với nem rán, ngon lắm.

Lee: Ngon quá. Tết của người Việt thật thú vị.

Nga: Ừ, **đêm giao thừa**, nhà tớ thường ở nhà **đón giao thừa** cùng nhau, rồi mừng tuổi nhau. Sáng ngày mùng 1, cả nhà đi chùa rồi đi chúc tết, vui lắm.

Lee: Thích thật.

Nga: Lee tuổi con gì?

Lee: Tớ tuổi **con rồng**.

Nga: May quá. Năm mới là năm **con khỉ**, tuổi của Lee rất hợp đấy. Lee đến **xông nhà** cho nhà tớ nhé.

Lee: Người xông nhà có phải là người đầu tiên đến nhà trong năm mới không?

Nga: Đúng rồi. Vì thế người xông nhà rất quan trọng, mang may mắn đến cho cả nhà.

Lee: Xông nhà thì tớ rất thích, nhưng may mắn thì… Có chắc chắn không?

Nga: Không sao. Đây là **phong tục** thôi. Quan trọng là tuổi của Lee rất tốt trong năm nay.

Lee: Ừ, thế thì tớ sẽ đến nhà Nga.

Nga: Vui quá. Lee đến xông nhà rồi ăn Tết cùng gia đình tớ nhé.

Lee: Cảm ơn Nga…

hoa đào	복숭아꽃	con rồng	용
trang trí	장식하다, 꾸미다	con khỉ	원숭이
phong bao	봉투	xông nhà	새해맞이 첫 손님 풍속
đêm giao thừa	섣달 그믐밤(제야)	phong tục	풍습
đón giao thừa	섣달 그믐 맞이		

II. CHÚ THÍCH NGỮ PHÁP

1 Làm gì mà + A + thế? (어째서 / 왜 그러한가?)

Kết cấu này biểu thị sự ngạc nhiên của người nói, có ý nghĩa tương tự như *Tại sao A thế?*, **nhưng có sắc thái tiêu cực.** (người nói cảm thấy không thích).

(이 구문은 화자의 놀림을 표현하며, "왜 그러한가?"와 같은 뜻을 지니지만, 소극직인 태도를 지닌다. (화자가 좋아하지 않음))

"A" có thể là tính từ, hoặc động từ chỉ cảm giác

(A는 형용사 혹은 감정 동사이다.)

VD: Làm gì mà lâu thế nhỉ!(=Tại sao lâu thế?)

(도대체 왜 이리 오래 걸리는거야!)

Cái ô tô này, làm gì mà chậm như rùa thế!(=Tại sao ô tô này chạy chậm như thế?)

(이 자동차는 도대체 왜 거북이처럼 느리게 가는거야!)

Cái điện thoại này rất dở, làm gì mà em thích thế.

(이 전화기는 매우 좋지 않은데 너는 왜 그렇게 좋아하는거야.)

2 Toàn ~ (모든~)

a. Toàn + danh từ (명사와 사용할 때)

Kết hợp này biểu thị sự vật nào đó có số lượng rất lớn và thuần nhất về chủng loại.

(이 구문은 어떤 사물의 같은 종류와 수를 표현할 때 사용한다.)

VD: Ở chợ bán toàn hoa.(=Ở chợ có rất nhiều hoa, và chỉ có hoa, không có thứ gì khác.)

(시장에서는 모든 꽃을 판다. (시장에는 꽃이 많이 있고 꽃만 있으며 다른 물건은 없다.))

Bên cạnh kết hợp. (다음과 같은 형태를 지닌다.)

- *toàn + danh từ*

cũng có thể dùng hai kết hợp sau. (다음 두 형태로도 사용할 수 있다.)

- ***toàn là + danh từ*** **hoặc** ***toàn + danh từ + là + danh từ*****:**

VD: **Cửa hàng này** (có) **toàn khách nước ngoài.** (이 가게의 손님은 모두 외국인이다.)

Chị ấy mua toàn là sách nấu ăn. (그녀는 모든 요리책을 샀다.)

Vào ngày sinh nhật bé Sơn, bố mẹ tặng nó toàn đồ chơi là đồ chơi.

(Sơn의 생일에 부모님은 그에게 모든 장난감을 선물해줬다.)

b. Toàn + động từ (동사와 사용할 때)

Kết hợp này biểu thị một hành động diễn ra thường xuyên, gần như trở thành qui luật.

(이 결합은 자주 일어나는 습관(규율)에 가까운 행동을 표현할 때 사용한다.)

VD: **Anh ấy toàn đi chơi về muộn.**(=Anh ấy luôn luôn đi chơi về muộn.)

(그는 항상 놀러가서 늦게 귀가한다.)

Tôi không thích chị Hương vì chị ấy toàn nói dối.

(=Tôi không thích chị Hương vì chị ấy luôn nói dối.)

(나는 흐엉이 항상 거짓말해서 좋아하지 않는다.)

3 Câu có bổ ngữ ở đầu câu (문두에 목적어가 있는 문장)

Trật tự thông thường của câu đơn Tiếng Việt là: Chủ ngữ + động từ + bổ ngữ

(베트남어 일반 문장의 순서는 주어 + 동사 + 목적어 이다.)

Nhưng khi muốn nhấn mạnh bổ ngữ, ta có thể cho bổ ngữ đứng đầu câu và thêm ***thì*** **sau bổ ngữ.** (lúc này, bổ ngữ sẽ trở thành chủ đề của câu nói.)

(문두의 목적어 뒤에 thì를 사용하여 목적어를 강조한다.)

VD: **Ngoại ngữ thì nó thích lắm.** (=Nó thích ngoại ngữ lắm.)

(외국어를 그는 매우 좋아한다.) (=그는 외국어를 매우 좋아한다.)

Hoa thì anh ta chưa bao giờ tặng cho ai. (=Anh ta chưa tặng hoa cho ai.)

(꽃은 그가 누구에게도 선물한 적이 없다.) (=그는 꽃을 누구에게도 선물하지 않았다.)

4 Không biết A là gì (A를 모른다.)

Kết hợp này dùng để phủ định tuyệt đối một hành động, trạng thái, có ý nghĩa tương tự *hoàn toàn không*.

(이 문장은 행동, 상태가 "완전히 아니다"를 의미하며 절대적 부정을 나타낼 때 사용한다.)

Mẫu **chủ ngữ + không biết + động từ + là gì**

VD: Ông ấy không biết nói dối là gì. (=Ông ấy không bao giờ nói dối.)

(그 할아버지는 거짓말이 무엇인지 모른다.) (= 그 할아버지는 거짓말을 한 적이 없다.)

Mấy ngày nay tôi không biết đi chơi là gì. (=Mấy ngày nay tôi hoàn toàn không đi chơi.)

(요즘 며칠 동안 나는 놀러가는 것이 뭔지 몰랐다.) (= 며칠 동안 나는 전혀 놀러가지 못했다.)

5 Vì thế, vì vậy (그렇기 때문에)

Thế, vậy được sử dụng để thay thế cho những điều đã được nói đến trước đó.

(thế, vậy는 앞에 말한 내용을 대체하기 위해 사용된다.)

VD: A : Em mệt quá. (저는 정말 피곤해요.)

B : Anh cũng thế. (나 역시 그래.)

Cấu trúc *Vì A nên B* có thể thay đổi thành *A, vì thế (nên) B*. Vì thế / vì vậy hàm ý chỉ lí do đã được nêu lên ở câu trước.

(Vì A nên B 구문은 A, vì thế (nên) B 구문으로 바꿀 수 있다. Vì thế / vì vậy는 이전 문장에서 언급된 이유를 내포한다.)

Ví dụ **Xông nhà là một việc rất quan trọng với người Việt Nam.**

(첫 손님 풍속은 베트남인에게 매우 중요한 일이다.)

Vì thế, người Việt Nam chọn người xông nhà rất cẩn thận.

(그렇기 때문에, 베트남인은 첫 손님을 정말 조심스럽게 선택한다.)

BÀI TẬP

1. Ghép cột A và cột B, dùng cấu trúc "làm gì mà···thế" để viết câu theo mẫu.

Mẫu

Anh ấy / chậm như rùa
→ Anh ấy làm gì mà chậm như rùa thế.

A			B
1. Chị ấy	•	•	a. hỏng suốt ngày
2. Ô tô của em	•	•	b. khó đọc
3. Bộ phim này	•	•	c. đông người
4. Quyển sách ấy	•	•	d. cái gì cũng không biết
5. Chợ Tết	•	•	e. dài lê thê

2. Sử dụng cấu trúc "toàn A là A" để viết lại các câu sau theo mẫu.

Mẫu

Chợ tết nhiều hoa quá.
→ Chợ tết toàn hoa là hoa.

1) Đến Việt Nam vào ngày tết, ở đâu cũng có nhiều bánh chưng.

2) Ở cổng trường học giờ tan trường có rất nhiều áo dài.

3) Hôm nay chị ấy mời khách, tất cả là người nước ngoài.

4) Kết quả thi học kì của bạn ấy tất cả đều là A⁺.

5) Tuần trước em đi du lịch Việt Nam về, mua rất nhiều cà phê.

3. Sử dụng "toàn+động từ" để viết lại các câu sau theo mẫu.

Mẫu

Anh ấy luôn luôn tập thể dục vào buổi tối.
→ Anh ấy toàn tập thể dục vào buổi tối.

1) Em không thích đi ăn ở ngoài hàng vì các hàng quán hay bán đắt lắm.

2) Mùa hè, gia đình em thường xuyên đi du lịch biển.

3) Làm sao mà mẹ hay mắng con thế?

4) Mỗi khi đi đâu anh ấy đều mua quà về cho gia đình.

5) Em thường xuyên bỏ bữa sáng vì đi học muộn.

4. Sử dụng cấu trúc "chủ đề + chủ ngữ + vị ngữ" để viết lại các câu sau theo mẫu.

Mẫu

Chị ấy thích phim tài liệu lắm.
→ Phim tài liệu thì chị ấy thích lắm.

1)Người lớn thường mừng tuổi trẻ con vào ngày Tết.

2) Anh ấy thường hay đọc những quyển sách khoa học.

3) Ông ấy chưa bao giờ tặng hoa cho ai.

4) Anh ấy toàn làm hỏng máy tính.

5) Em thường mang quần áo ra tiệm giặt là.

5. Điền từ cho trước vào chỗ trống.

lãng mạn	ngủ	đi chơi
nói dối	học	

1) A : Chị có tin anh ấy không?

B : Tin chứ. Anh ấy không biết   là gì đâu.

2) A : Ôi làm gì mà kì nào điểm của bạn ấy cũng kém thế nhỉ?

B : Ừ, nó có biết   là gì đâu.

3) A : Lâu lắm rồi em không gặp chị Mai. Hôm qua em gặp chị ấy, em bất ngờ quá. Đầu chị ấy toàn tóc bạc là tóc bạc.

B : Bởi vì thời gian này chị ấy có nhiều việc lo lắng. Chị ấy không biết   là gì.

4) A : Em mời anh ấy đến nhà mấy lần mà anh ấy toàn từ chối.

B : Em đừng mời nữa. Anh ấy không biết   gì đâu.

5) A : Em chưa bao giờ được anh ấy tặng hoa.

B : Ôi, anh ấy không biết   là gì đâu.

6. Viết tiếp các câu sau.

1) Đối với người Việt Nam, người xông nhà đầu năm rất quan trọng. Vì thế _____________.

2) Người Hàn Quốc rất thích ăn kim chi, vì vậy _____________.

3) Người Việt Nam cho rằng, mừng tuổi đầu năm mang may mắn đến cho trẻ em, vì thế _____________.

4) Tết nguyên đán ở Việt Nam là ngày tết quan trọng nhất, vì vậy _____________.

5) Bánh chưng Việt Nam ngon lắm, vì thế _____________.

III. BÀI ĐỌC

Tết Nguyên Đán

Người Việt Nam gọi Tết đầu năm âm lịch là Tết Nguyên Đán. Ngày 30 tháng Mười hai âm lịch là ngày **tất niên**. Vào ngày này, đường rất đông, **chủ yếu** là người đi sắm Tết, đi chợ hoa. Ngày tất niên, mọi người đều dọn dẹp, **trang hoàng** nhà cửa, và chuẩn bị món ăn ngày Tết. Món ăn ngày Tết rất đa dạng, chẳng hạn như bánh chưng, **dưa hành**, **canh măng**, giò... và bánh, **mứt**, kẹo.

Thời gian **giao nhau** giữa năm cũ và năm mới trong đêm 30 được gọi là "**giao thừa**". Trong nhà, nhiều gia dình làm lễ **cúng** trời đất. Ngoài đường, nhiều người đi chơi, đón xuân. Ngày mùng 1, mùng 2, mùng 3 là ba ngày Tết vui nhất. Mọi người đi thăm hỏi nhau, chúc mừng năm mới và **cúng lễ** tổ tiên.

Ngày Tết, người ta **kiêng** nói những chuyện buồn, kiêng cãi nhau, vì sợ rằng điều đó **ảnh hưởng** không tốt đến cuộc sống trong cả năm. Người khách đầu tiên đến thăm nhà trong năm mới sẽ là người quyết định sự may mắn cho cả gia đình, vì thế nhiều gia đình rất **kén chọn** người "**xông nhà**". Khách đến chơi thường được mời ăn cơm, ăn bánh chưng để **thưởng thức** hương vị ngày Tết. Người già và trẻ em thì thường được "mừng tuổi" tức là được tặng những món quà hay những đồng tiền mới bỏ trong một loại phong bao lì xì màu đỏ.

Đối với người Việt Nam, Tết Nguyên đán là ngày vui và **thiêng liêng** nhất trong năm.

Tết Nguyên Đán của người Hàn Quốc

Tết cổ truyền của Hàn Quốc được gọi là Seollal. Đây là ngày nghỉ quan trọng nhất theo truyền thống Hàn Quốc, gồm rất nhiều lễ hội, bắt đầu từ Mùng 1 Tết. Seollal kéo dài trong 3 ngày, được coi là quan trọng hơn nhiều so với ngày đầu năm dương lịch (dù Seollal cũng được dùng để gọi Tết Tây).

Giống Việt Nam, năm mới ở Hàn Quốc chính thức bắt đầu tính từ 1/1 âm lịch. Vào ngày 30 Tết, các gia đình đều đã dọn dẹp nhà cửa sạch sẽ. Các **thanh tre** được **đốt** trong nhà lúc giao thừa để **xua đuổi tà ma**. Đêm giao thừa không ai ngủ vì theo truyền thuyết, nếu ngủ thì sáng hôm sau **lông mi sẽ bị trắng** và **đầu óc** kém **minh mẫn** khi thức dậy.

Trong những ngày này, nhà nào cũng treo Bokjori (**xẻng** bằng rơm dùng để **hốt thóc gạo rơi vãi**) ngoài cửa với mong muốn nhận được **phúc lộc** quanh năm.

Vào ngày Tết, người Hàn Quốc thường mặc hanbok truyền thống nhiều màu sắc và **tiến hành** nghi lễ cúng bái tổ tiên vào buổi sáng. Họ thường dùng món "tteokguk" (canh bánh gạo) trong buổi sáng này.

"Sebae" là nghi lễ **vái lạy** tổ tiên không thể thiếu, thể hiện lòng kính trọng đối với cha mẹ và ông bà trong năm mới của Hàn Quốc. Con cái đến thăm cha mẹ và chúc họ một năm mới hạnh phúc bằng cách **cúi chào** thật **cung kính**, tiếp theo là câu chúc: "Seahae bok mani badeuseyo" có nghĩa là "Năm mới gặp nhiều may mắn".

chủ yếu	주요한	tà ma	귀신
tất niên	망년	lông mi	속눈썹
trang hoàng	요란한	đầu óc	머리 (두뇌)
mứt	말린과일, 채소	minh mẫn	통찰력 있는 명료한 총명한
giao nhau	교차하다	xẻng	삽
giao thừa	한 해가 넘어가는 시간	hốt	쓸어담다
cúng (lễ)	제사를 지내다	thóc gạo	벼
ảnh hưởng	영향을 미치다	rơi vãi	빠뜨리다
kiêng	피하다	phúc lộc	행복과 부
kén chọn	고르다	tiến hành	거행하다
thưởng thức	음미하다, 감상하다	cúng bái	예배
thiêng liêng	신성한	vái lạy	경배
thanh tre	대나무 조각	cúi chào	고개를 숙여 인사하다
đốt	태우다	cung kính	공손한
xua đuổi	내쫓다		

dưa hành

canh măng

giò

IV. LUYỆN TẬP

1. Dựa vào bài đọc, hãy trả lời các câu hỏi sau.

1) Tết Nguyên Đán là ngày Tết theo dương lịch hay âm lịch?

2) Ngày 30 tháng 12 âm lịch được gọi là ngày gì?

3) Em hãy kể tên một số món ăn ngày Tết của Việt Nam?

4) Thời gian giao nhau giữa năm cũ và năm mới trong đêm 30 được gọi là gì?

5) Trong ngày Tết, người Việt Nam kiêng làm gì?

6) Vì sao người Việt Nam rất kén chọn người xông nhà?

7) Trong đêm giao thừa, người Hàn Quốc thường làm những việc gì theo truyền thống?

8) Ý nghĩa của việc treo Bok-jo-ri trong ngày Tết là gì?

9) Món ăn nào là phổ biến nhất trong ngày Tết ở Hàn Quốc?

2. Hãy chọn các từ ngữ thích hợp để điền vào chỗ trống trong các câu sau.

thiêng liêng	giao thừa	âm lịch
dương lịch	thưởng thức	trang hoàng

1) Tết   hay còn gọi là Tết Tây là một trong những ngày lễ quan trọng trong năm của nhiều dân tộc và nền văn hoá trên thế giới.

2) Ngày giỗ tổ của Việt Nam là ngày mùng 10 tháng 3   .

3) Tại các nước phương tây, vào kì nghỉ giáng sinh, mọi người   cây thông Noel rất đẹp và rực rỡ.

4) Người Hà Nội thường lên chùa làm lễ trong đêm   , không chỉ để cầu tài cầu lộc, mà còn để mỗi người cảm thấy bình yên, nhẹ nhàng trong năm mới.

5) Nhiều người thích ăn gỏi cá sống (sashimi) để ______ hương vị tự nhiên của cá.

6) Tình mẫu tử là thứ tình cảm ______ nhất.

BÀI TẬP TỰ CHUẨN BỊ

Bài tập cá nhân

1) Em hãy so sánh những điểm giống nhau và khác nhau trong phong tục Tết hai nước?

2) Em hãy tìm hiểu và viết những câu chúc mừng mà người Việt thường nói với nhau trong năm mới.

Bài tập nhóm

1) (Lập nhóm 4 – 6 người, thực hiện trong 10 phút) Hãy tưởng tượng một gia đình người Việt đang đón tết, và có khách người nước ngoài đến chơi. Hãy đóng vai gia đình người Việt (2-4 người, phân vai trong gia đình) và giới thiệu về ngày Tết cổ truyền của Việt Nam với khách (2 người khách).

2) (Lập nhóm 4-6 người, thực hiện trong 10 phút). Hãy tưởng tượng một gia đình người Việt mời một gia đình người Hàn đến chơi. Hãy đóng vai các thành viên trong hai gia đình để nói chuyện với nhau về ngày Tết của hai nước.

BÀI 11

XÍCH LÔ Ở HÀ NỘI

I. HỘI THOẠI

Lee: Đi tour phố cổ bao nhiêu tiền **một lượt** hả anh?

Lái xe xích lô: Một người đi trong khoảng 3 tiếng là 30 đô la chị ạ.

Lee: Trời ơi, đắt quá. Anh giảm giá đi.

Lái xe xích lô: Nếu nhiều người đi **lần lượt** thì rẻ hơn chị ạ.

Lee: Tôi chỉ đi một mình thôi. Nhưng 30 đô la đắt quá, tôi sẽ đi bộ.

Lái xe xích lô: Thế tôi lấy chị 25 đô la.

Lee: Vẫn đắt quá... Tôi là sinh viên, không có nhiều tiền đâu.

Lái xe xích lô: Thế thì 20 đô la, giá cuối cùng đấy. Tôi không thể giảm hơn được.

Lee: Được, tôi sẽ đi trong 3 tiếng.

...

Lee: Tôi nghe nói Hà Nội nổi tiếng vì có xe xích lô. Nhưng vì sao tôi không nhìn thấy nhiều xe xích lô trên đường?

Lái xe xích lô:	Ngày xưa người Hà Nội chủ yếu đi xe xích lô. Nhưng bây giờ có xe máy, taxi, xe buýt rồi, xe xích lô chỉ **chở** khách thăm quan phố cổ thôi.
Lee:	Trong phố cổ cũng không có nhiều xe xích lô.
Lái xe xích lô:	Vâng, bởi vì đi xe xích lô không rẻ lắm. Và bây giờ còn có xe điện đưa khách du lịch đi thăm phố cổ, nên nhiều người không thích đi xích lô nữa.
Lee:	Tôi vẫn thích đi xích lô hơn, vì đi **từ từ**, có thể ngắm cảnh. Hơn nữa, tôi có thể dừng lại ở **bất cứ** chỗ nào tôi muốn.
Lái xe xích lô:	Có nhiều người như chị thì tốt quá.
Lee:	Anh đi nhanh hơn một chút. Còn 1 tiếng nữa, tôi phải về khách sạn.
Lái xe xích lô:	Chúng ta mới đi được hơn 1 tiếng…
Lee:	Tôi quên là tôi phải về khách sạn sớm. Cứ đi chơi là tôi quên thời gian.
Lái xe xích lô:	Vâng, chị **yên tâm**. Tôi sẽ đưa chị về đúng giờ.

một lượt	한 번	chở	태워주다
lần lượt	차례대로	từ từ	천천히, 서서히
bất cứ	~든지 모두	yên tâm	안심하다

II. CHÚ THÍCH NGỮ PHÁP

1 Khoảng, độ, chừng (대략, 약)

Các từ này đều được biểu thị một con số không chính xác. Chúng có thể được dùng riêng lẻ.

(이 단어들은 모두 정확하지 않는 수를 나타낸다. 이것은 단독으로 사용할 수도 있다.)

VD: Hồ này sâu khoảng 10 m. (이 호수의 수심은 대략 10m이다.)

Em trai tôi nặng độ 60 kg. (내 동생은 약 60kg이다.)

Chừng 8 giờ chị ấy sẽ đến. (8시쯤 그녀는 올 것이다.)

Chúng cũng có thể kết hợp với nhau theo các cặp: **khoảng độ, khoảng chừng, độ chừng, chừng độ, chừng khoảng**...

(이 단어들은 khoảng độ, khoảng chừng, độ chừng, chừng độ, chừng khoảng으로 서로 결합해 사용할 수 있다.)

VD: Cơn mưa kéo dài khoảng độ 2 tiếng. (스콜은 약 2시간 내린다.)

Anh ấy đi công tác khoảng chừng nửa tháng rồi. (그는 대략 15일 출장 갔다.)

2 Cứ A là B (원인과 결과 구문)

Cứ A	là B
(điều kiện)	(kết quả)

Kết cấu này được dùng để biểu thị mối quan hệ điều kiện - kết quả giữa hai vế A và B. Đây là mối quan hệ xảy ra thường xuyên, có tính quy luật.

(이 구문은 A와 B 조건-결과 관계를 나타내기 위해 사용한다. 규율성이 있는 자주 일어나는 두 관계를 주로 표현한다.)

Mẫu Cứ + từ chỉ thời gian + là + chủ ngữ + động từ

VD: Cứ mùa xuân là hoa nở. (봄에는 꽃이 핀다.)

Cứ 12 giờ là chúng tôi ăn trưa. (12시면 우리는 점심식사를 한다.)

Mẫu Chủ ngữ + cứ + động từ^1 + là + động từ^2

VD: Trời cứ mưa to là đường ngập. (비가 계속 내리면 도로가 침수된다.)

Chồng cứ hút thuốc lá là vợ lại ho. (남편이 계속 담배를 피면 부인이 기침을 한다.)

3 Còn (남다)

Từ "còn" kết hợp với số từ biểu thị ý nghĩa: những thứ cuối cùng, những thứ còn lại.

(còn은 마지막 남은 것, 남아있는 것의 수를 표현하는 단어이다.)

VD: Còn năm ngày nữa, anh ấy sẽ về nước. (남은 5일 후, 그는 귀국할 것이다.)

Trong ví cô ấy còn 50.000 đồng. (그녀의 지갑 속에 5만동이 남아 있다.)

4 A lại B (A 이지만 결국 B다)

Trong kết cấu này, từ lại dùng để nhấn mạnh B trái ngược với A

(이 구문은 A와 반대되는 B를 강조하기 위해 사용한다.)

Mẫu Chủ ngữ + động từ^1 / tính từ^1 + (nhưng) + lại + động từ^2 / tính từ^2

VD: Anh ấy nói là đến nhưng lại ngồi ở nhà. (그는 온다고 했지만 여전히 집에 앉아있다.)

Cô ấy trước đây rất béo, nhưng bây giờ lại gầy.

(그녀는 예전에 매우 살쪘지만 지금은 말랐다.)

Mẫu Chủ ngữ^1 + động từ^1 / tính từ^1 + (nhưng) + chủ ngữ^2 + lại + động từ^2 / tính từ^2

VD: Mẹ cô ấy đẹp, cô ấy lại xấu. (그녀의 어머니는 예쁘시지만, 그녀는 못생겼다.)

Tôi cần đi ngay, nhưng xe máy lại hỏng. (나는 바로 가야하는데 오토바이가 고장났다.)

5 Mới ~ (막~)

a. Mới+ từ chỉ thời gian (시간 명사와 사용할 때)

Cấu trúc này biểu thị: thời gian đó là sớm.

(이 구문은 이른 시간임을 나타낼 때 사용한다.)

VD: Mới 7 giờ, họ chưa đến đâu. (막 7시가 됐는데 그들은 아직 안왔다.)

Bây giờ mới tháng Tư mà trời đã nóng. (지금 막 4월이 됐는데 날씨가 이미 덥다.)

b. Từ chỉ thời gian + mới+ động từ

Cấu trúc này biểu thị: điều kiện thời gian. (이 구문은 시간의 조건을 표현할 때 사용한다.)

VD: 8 giờ họ mới bắt đầu làm việc. (8시가 되어야 그들은 일을 시작한다.)

Tháng sau anh ấy mới về. (다음달이 되어야 그는 돌아온다.)

6 Từng + danh từ + một (하나씩 차례로~)

Cấu trúc này biểu thị hành động được thực hiện lần lượt, hết việc này đến việc khác, hết người này đến người khác.

(이 구문은 하나에서 다른 것으로, 한 사람에서 다른 사람으로 이어지는 순서대로 행동이 일어남을 표현할 때 사용한다.)

VD: Anh ấy làm từng bài tập một. (그는 한 과씩 숙제를 한다.)

Từng người một đi vào phòng. (한 사람씩 방으로 들어간다.)

BÀI TẬP

1. Thêm khoảng / độ / chừng vào các câu sau.

1) Năm nay chị ấy 50 tuổi.

2) Tuần trước anh ấy vừa thi 4 môn.

3) Từ nhà tôi đến trường 12 km.

4) Giá đi xe xích lô ở Hà Nội là 10 đô la 1 tiếng.

5) Chị ấy học tiếng Việt 5 năm rồi.

2. Ghép cột A với cột B, sử dụng cấu trúc "Cứ···là" để viết câu.

A		B
1. mùa đông	•	• a. tôi dùng tàu điện ngầm
2. đến tết	•	• b. Hà Nội tắc đường
3. đến Hà Nội	•	• c. trời lạnh lắm
4. cần đi đâu ở Seoul	•	• d. tôi thuê xích lô đi dạo quanh phố cổ
5. vào giờ cao điểm	•	• e. Hà Nội toàn hoa đào là hoa đào

3. Sử dụng "còn" để hoàn thành hội thoại sau.

A : Anh Jun, anh học ở Việt Nam trong bao lâu?

B : Anh ở Việt Nam trong 9 tháng. Anh đã học 8 tháng rồi,

A : Ồ, tháng sau anh về nước à? Anh muốn đi chơi không? Em đưa anh đi.

B : Anh sắp hết tiền rồi. Học bổng của anh là 2 triệu đồng, anh đã tiêu 1.7 triệu, anh chỉ

A : Không sao. Chúng ta đi chơi ở những nơi miễn phí. Bây giờ đi nhé.

B : 2 giờ chiều anh có lớp học. Bây giờ là 10 giờ trưa.

. Chúng ta có kịp không?

A : Kịp. Chúng ta sẽ đi gần thôi. Đi đi.

4. Viết câu dựa trên thông tin cho trước.

Mẫu

đi xích lô / dễ chịu / chậm

→ Đi xích lô dễ chịu nhưng lại chậm.

1) đi tàu điện ngầm / nhanh / đắt

2) đi xe đạp / mất thời gian / có ích cho sức khỏe

3) đi xe buýt / tiện / phải chờ lâu

4) đi taxi / dễ chịu / đắt quá

5) đi bộ / vui / mỏi chân

5. Chọn một câu đáp phù hợp với câu nói cho trước.

1) - Bao giờ chị đến Việt Nam?

a. Mới tháng tư mà tôi đã đến Việt Nam rồi.

b. Tháng tư tôi mới đến Việt Nam.

2) - Sốt ruột quá. Chị ấy làm gì mà đến muộn thế nhỉ?

a. Mới 8 giờ, chị ấy chưa đến đâu.

b. 8 giờ chị ấy mới đến.

c. a và b

3) - Em nhớ anh ấy quá.

a. Tháng sau anh ấy mới về. Đừng buồn.

b. Mới tháng sau anh ấy sẽ về, Đừng buồn.

4) - Mình buồn ngủ quá. Đi ngủ đi.

a. Mới 8 giờ tối, làm gì mà ngủ sớm thế.

b. 8 giờ tối mới ngủ, làm gì mà ngủ sớm thế.

5) - Bà ấy học tiếng Anh lâu chưa?

a. 40 tuổi bà ấy mới học tiếng Anh mà giỏi thế.

b. Bà ấy học tiếng Anh mới 40 tuổi mà giỏi thế.

6. Sử dụng "từng + danh từ + một" để hoàn thành các câu sau đây.

1) Giao thông đang ùn tắc vì cảnh sát kiểm tra

2) Mỗi lần đi mua hoa quả là chị ấy đều rất cẩn thận, chọn

3) Tôi đề nghị mọi người xếp hàng, mua vé.

4) Mỗi lần làm bài thi xong, chị ấy đều kiểm tra lại

5) Người lái xe xích lô giới thiệu tỉ mỉ cho chúng tôi

III. BÀI ĐỌC

Xích lô Hà Nội

Ở Hà Nội, xích lô xuất hiện vào khoảng đầu những năm 30 của thế kỉ XX. Xích lô là một phương tiện rất **thô sơ** và hoàn toàn dùng sức người.

Ở châu Á, có nhiều loại xích lô khác nhau. Xích lô ở Trung Quốc, người đạp xe ngồi phía trước, **thùng xe** chở khách ở phía sau. Ở Singapore và Malaysia, người đạp xe ngồi bên cạnh thùng xe chở khách. Còn ở Việt Nam, xe xích lô có vẻ tôn trọng khách hơn, vì vị trí của người đạp xe ở phía sau. Đi xích lô ở Việt Nam, bạn không bị khó chịu vì **tư thế** ngồi của người đạp xe và không bị chắn **tầm nhìn**.

Xe xích lô nhỏ, có ba **bánh**, thùng xe rộng khoảng 60 cm, chỉ đủ chỗ cho một người ngồi. Với tốc độ khoảng 10 km/h, xích lô là phương tiện đi lại rất tuyệt vời nếu bạn muốn đi dạo phố hay mua sắm hàng hoá, đi thăm quan thắng cảnh hay đi đâu mà không **vội vã**. Xe xích lô ở Hà Nội hiện nay đã được người ta chú ý trang trí cho đẹp mắt và sạch sẽ. Thùng xe, **chắn bùn**, **gọng** xe **che nắng** làm bằng kim loại **sáng bóng**. Mui xe bằng vải có tua vàng, trông giống như cái **lọng** của vua chúa. Ngày xưa, giá đi xe xích lô rất rẻ, chỉ cần bỏ ra khoảng 14.000 đồng cho một giờ thuê xe hoặc khoảng chừng 2.000 đồng cho một km. Nhưng bây giờ, xe xích lô không còn là một phương tiện giá rẻ nữa. Bạn phải trả từ 20 đến 30 đô la cho một lần đi thăm quan xung quanh phố cổ trong 3 tiếng.

Tàu điện ngầm Seoul

Hệ thống giao thông công cộng tại Hàn Quốc nổi tiếng khắp thế giới vì hiện đại, tiện lợi, và dễ sử dụng. Đặc biệt, hệ thống tàu điện ngầm ở thành phố Seoul rất hiện đại và **ấn tượng**. Giờ tàu chạy là **cố định** và giá vé **tương đối** rẻ nên các bạn có thể sử dụng rất tiện lợi. Thời gian hoạt động của tàu thường bắt đầu vào lúc 5 giờ 30 phút sáng và kết thúc khoảng 12 giờ đêm. Tại mỗi ga tàu, các bảng hướng dẫn, **sơ đồ** đường tàu được chuẩn bị bằng cả tiếng Hàn Quốc và tiếng Anh nên bạn có thể đọc các chỉ dẫn để lên tàu. Ngoài thành phố Seoul, ở các thành phố như Busan, Deagu, Deajoen cũng có tàu điện ngầm.

Khi đi tàu điện ngầm (và các phương tiện giao thông công cộng khác), bạn phải trả tiền để mua thẻ giao thông. Sau khi mua thẻ, bạn sẽ nạp vào thẻ một số tiền. Khi lên tàu hoặc lên xe buýt, bạn chỉ cần đưa thẻ lại gần **máy đọc thẻ**. Máy sẽ trừ đi số tiền bạn phải trả khi sử dụng phương tiện giao thông đó. Khi thẻ đã hết tiền, bạn có thể nạp thẻ giao thông rất tiện lợi và dễ dàng tại ga tàu, hoặc các cửa hàng tiện lợi quanh bến xe. Nếu bạn không cần dùng thẻ nữa, bạn có thể trả thẻ tại các nơi bán vé và nhận lại số tiền mua thẻ lúc đầu.

thô sơ	원시적인	gọng	뼈대
thùng xe	썩로 뒷좌석	sáng bóng	빛나는
tư thế	자세	lọng	산(繖), (큰 우산 (고어))
vội vã	서두르다	ấn tượng	인상적인
tầm nhìn	시야	cố định	고정되다
bánh (xe)	바퀴	tương đối	상대적인
thắng cảnh	아름다운 풍경	sơ đồ	지도 (노선)
chắn bùn	흙먼지를 막는 바퀴덮개	máy đọc thẻ	단말기
che nắng	햇빛을 막다		

IV. LUYỆN TẬP

1. Dựa vào bài đọc 1, hãy đánh dấu V vào các câu có thông tin đúng và dấu X vào các câu có thông tin sai dưới đây.

1) Xích lô là một phương tiện chở khách thô sơ.

2) Xích lô xuất hiện ở Hà Nội từ những năm 30 của thế kỷ XX.

3) Xích lô ở Việt Nam, khách ngồi sau người đạp xích lô.

4) Ở Trung Quốc, người đạp xích lô ngồi phía trước.

5) Ưu điểm của xe xích lô Việt Nam là khách có thể nhìn đường thoải mái.

6) Bánh xe xích lô rộng khoảng 60 cm.

7) Khi có việc gấp thì nên đi xích lô.

8) Xe xích lô Hà Nội trước kia xấu hơn bây giờ.

9) Mui xe làm bằng kim loại.

10) Tốc độ của xe xích lô là khoảng 10 km/ giờ.

2. Dựa vào bài đọc 2 trả lời các câu hỏi sau.

1) Vì sao hệ thống giao thông công cộng ở Hàn Quốc rất nổi tiếng?

2) Thời gian hoạt động của tàu điện ngầm ở Seoul như thế nào?

3) Người nước ngoài có thể đọc các bảng chỉ dẫn ở ga tàu điện ngầm không?

4) Ở Hàn Quốc, có phải chỉ Seoul có tàu điện ngầm không?

5) Khi sử dụng các phương tiện giao thông công cộng ở Hàn Quốc, người đi xe phải trả tiền bằng cách nào?

BÀI TẬP TỰ CHUẨN BỊ

Thực hiện hội thoại giữa 2 người bạn, một người rất thích xe xích lô, và một người không thích xe xích lô. Hai người tranh luận với nhau về ưu điểm và nhược điểm của xe xích lô.

BÀI 12

VĂN MIẾU

I. HỘI THOẠI

bia đá

Cô Lee: Từ khi sang Việt Nam, đây là lần đầu tiên tôi đến Văn Miếu đấy cô ạ!

Cô Lan: Thế à? Vậy mà tôi tưởng chị đến đây nhiều lần rồi đấy.

Cô Lee: Tôi đã định đi nhiều lần rồi, nhưng chẳng quen đường mấy, lại không có ai đi cùng nên chưa đi.

Cô Lan: Thế để tôi giới thiệu cho chị. **Cổng** lớn mà chúng ta vừa đi qua, có bốn cái cột to nên gọi là "**tứ trụ**". Ba chữ lớn phía trên kia là "Văn Miếu Môn", nghĩa là "Cửa Văn Miếu".

Cô Lee: Nơi này thật là **cổ kính**. Cô biết không, tôi cảm thấy thoải mái hơn ngoài phố rất nhiều đấy! Có lẽ khi nào mệt phải đến đây để nghỉ ngơi một chút. À, có phải những tấm đá trên lưng rùa kia là **bia đá** không?

Cô Lan: Vâng. Ở đây có 82 **tấm bia** như vậy, bia ghi tên những ông tiến sĩ đã đỗ trong các kì thi trước đây.

Cô Lee: Thế cái cửa có mái cao mà chúng ta vừa đi qua tên là gì?

Cô Lan: Đó là Khuê Văn Các, **tượng trưng** cho vẻ đẹp của văn học, vì sao Khuê là biểu tượng của văn học.

Cô Lee: Hình như bất cứ thứ gì trong khu này này cũng có liên quan tới văn học.

Cô Lan: Chị nói đúng đấy. Văn Miếu là nơi thờ các bậc **thánh hiền** của Nho giáo, và Quốc Tử Giám trong khu này là trường đại học đầu tiên ở Việt Nam mà.

Cô Lee: Thì ra thế. Ồ, cái sân này rộng và đẹp quá. Có lẽ đây là khu vực chính phải không cô?

Cô Lan: Vâng, khi vào khu này, chị sẽ được hẳn một hướng dẫn viên **chuyên nghiệp** giới thiệu để chị rõ, chứ không phải hướng dẫn viên **nghiệp dư** như tôi đâu.

Cô Lee: Nhưng những gì cô biết đều rất thú vị. Lần sau nếu đi thăm quan ở đâu, tôi rủ cô đi cùng cho vui nhé!

cổng	문	tấm bia	비석
cột	기둥	thánh hiền	성현, 성인, 현인
tứ trụ	사주 (四柱)	tượng trưng	상징하다
cổ kính	고풍스러운	chuyên nghiệp	전문의
tấm đá	바위판	nghiệp dư	아마추어의
bia đá	석비		

II. CHÚ THÍCH NGỮ PHÁP

1 ~ đấy

Đấy là ngữ khí từ, đứng ở cuối câu nói nhằm nhấn mạnh ý kiến của người nói để người nghe chú ý hơn.

(Đấy는 문미에서 사용되며 화자의 의견 또는 이목에 집중시키기 위해 사용한다.)

VD: Anh đi xe máy cẩn thận đấy! (당신(은) 오토바이 조심해서 운전해!)

Đây là Văn Miếu đấy! (여기는 문묘야!)

Tôi nói thật đấy! (나는 사실대로 말해!)

2 Không / Chẳng A mấy (별로 A하지 않다.)

Kết cấu này biểu thị mức độ thấp của trạng thái, tính chất (nếu kết hợp với tính từ)**, và mức độ hay tần số thấp của hành động** (nếu kết hợp với động từ)**.**

(이 구문은 상태, 성질(형용사와 사용될 경우)의 정도가 낮음을 나타내거나 행동의 수준이 낮음을 나타낼 때 사용된다(동사와 사용될 경우).)

Mẫu

Chủ ngữ + không /chẳng + động từ + mấy
+ tính từ

VD: Anh ấy chẳng giỏi mấy. (그는 별로 잘 하지 않는다.)

Nó chẳng thích đi chơi mấy. (그/그녀는 놀러가기를 좋아하지 않는다.)

3 Hẳn (분명히 / 확실한)

Khi đứng trước một danh từ, từ hẳn được dùng để nhấn mạnh tầm quan trọng của người, sự vật, hiện tượng... mà danh từ đó biểu thị.

(명사 앞에 쓰일 때 hẳn은 사람, 사물, 현상에 대해 심리적 중요성을 강조하기 위해 사용한다.)

VD: Tôi cho em tôi một triệu đồng. (나는 내 동생에게 백만 동을 준다.)

Tôi cho em tôi hẳn một triệu đồng. (나는 내 동생에게 거금 백만 동을 준다.)

(Nhấn mạnh: Một triệu đồng là số tiền lớn.) (백만 동이 큰 가격임을 강조)

VD: **Hôm qua tôi gặp bà Phó Thủ tướng.** (어제 나는 부수상을 만났다.)

Hôm qua tôi gặp hẳn bà Phó Thủ tướng. (어제 나는 분명히 부수상님을 만났다.)

(Nhấn mạnh: bà Phó Thủ tướng là người rất quan trọng.) (부수상이 매우 중요함을 강조)

4 Mà (연결사)

Đây là đại từ quan hệ, dùng để nối danh từ chính với một mệnh đề phụ, nhằm giải thích rõ hơn về danh từ đó.

(관계대명사로 종속절과 명사를 연결하여 그 명사에 대해 명확하게 설명하기 위해 사용한다.)

VD: Cô gái mà anh gặp hôm qua là em chị Lan. (내가 어제 만난 그녀는 란 씨다.)

(Anh gặp một cô gái. Cô ấy là em chị Lan.) (그는 그녀를 만났다. 그녀는 란 씨다.)

Ngôi nhà lớn mà chúng ta vừa đi qua là Bảo tàng Lịch sử.

(우리가 막 지나가면서 본 건물은 역사 박물관이다.)

(Chúng ta vừa đi qua một ngôi nhà lớn. Ngôi nhà ấy là Bảo tàng Lịch sử.)

(우리는 큰 건물을 막 지나갔다. 그 건물은 역사 박물관이다.)

*** Chú ý**(주의)**:**

a. Nếu sau danh từ chính có các đại từ chỉ định như *này, ấy, đó, nọ, kia* thì không bao giờ có mệnh đề phụ bắt đầu bằng mà, vì khi đó danh từ đã mang tính xác định.

(만약에 명사 뒤에 지시사 này, ấy, đó, nọ, kia가 올 경우 그 지시사들이 확정의 성격을 지니기 때문에 관계대명사 mà를 사용할 수 없다.)

VD: Không thể nói: Cô gái ấy mà anh gặp hôm qua là em chị Lan.

(다음과 같이 말 할 수 없다: ấy와 mà를 동시에 사용할 수 없다.)

b. Trong khẩu ngữ, sau các danh từ chỉ thời gian, có thể dùng mà.

(구어체에서, 시간과 관련된 명사 뒤에 mà를 사용할 수 있다.)

VD: Khi mà cô ấy vui, trông cô ấy rất xinh. (그녀가 기쁠 때 그녀는 예뻐 보인다.)

Ngày mà anh ấy đến Hà Nội, trời mưa rất to. (하노이에 그가 왔을 때, 비가 많이 왔다.)

5 Thì ra / Thì ra (là) thế (실제로 / 그렇구나)

Câu bắt đầu với *thì ra* thể hiện người nói vừa phát hiện ra thông tin đúng trong câu nói (trước đó người nói không biết hoặc nghĩ không đúng).

(thì ra로 시작하는 문장은 화자가 직전에 말한 문장이 맞다는 것을 나타낸다.(이전에는 화자가 몰랐었거나 맞지 않다고 생각하는 내용이다.))

VD: (Tôi tưởng em ấy là sinh viên đại học). **Thì ra em ấy là học sinh phổ thông.**

(나는 그 아이가 대학생이라고 생각했다.). 실제 그 아이는 고등학생이었다.

(Trước đây tôi thấy có rất nhiều người tìm chị ấy để phỏng vấn mà không biết nguyên nhân). **Hôm nay tôi mới biết, thì ra chị ấy là ca sĩ.**

(예전에 나는 그녀와 인터뷰를 하기 위해 많은 사람들이 찾는 이유를 알지 못했다.) 오늘 내가 알게된 사실은 실제 그녀는 가수였다.

***Thì ra (là) thế* sử dụng khi người nói hiểu ra một việc nào đó sau khi được giải thích.**

Thì ra (là) thế는 화자가 어떤 일을 설명을 듣고나서 이해하였을 때 사용된다.

VD: Chị ấy nói tiếng Việt giỏi vì đã sống ở Việt Nam 8 năm rồi mà.

(그녀는 베트남에 8년 살았기 때문에 베트남어를 잘 말한다.)

Thì ra (là) **thế !** (그랬었구나!)

BÀI TẬP

1. Sử dụng cấu trúc "*chẳng .... mấy*" để đáp lại các câu sau.

1) A : Chị ơi, chị làm ơn cho em hỏi, từ đây đến Văn Miếu có xa không ạ?

B : Khoảng 1 cây.

2) A : Hôm nay đi tham quan từ sáng đến tối, cậu có mệt không?

B : Bình thường tớ vẫn đi bộ tập thể dục mà.

3) A : Vé vào cửa khu du lịch Văn Miếu giá bao nhiêu nhỉ?

B : Giá vé bình thường là 30,000 đồng .

4) A : Cậu có biết gì về lịch sử Văn Miếu không?

B : . Cậu nên hỏi thầy giáo.

5) A : Anh đã ăn nước mắm Việt Nam bao giờ chưa? Có khó ăn không anh?

B : Anh ăn rồi. Nước mắm .

Em nên ăn thử một lần cho biết.

2. Điền từ thích hợp vào chỗ trống.

1) Hôm nay tôi được nghỉ hẳn ______ nên được ngủ thỏa thích.

2) Ôi, từ thành phố Vinh đến thành phố Đà Nẵng gần thế mà anh đi hẳn ______ à?

3) Cậu có biết không, tớ vừa được gặp hẳn ______ đấy.

4) Học bổng của cậu ấy đủ để mua hẳn ______.

5) Anh ấy khỏe quá, có thể nâng hẳn ______.

3. Sắp xếp từ thành câu

1) cô gái / chị gái / mà / anh / hôm qua / gặp / là / của / tôi

2) cửa hàng / khách / là / đông / mà / nhất / cửa hàng / nhất / ngon

3) khi / anh ấy / mà / chị ấy / vui / đến / thì / rất

4) những / bộ phim / anh ấy / xem / đã / mà / rất / đều / nổi tiếng

5) chúng ta / nên / không / ăn / món ăn / những / có / mùi / mà / lạ

4. Ghép cột A với cột B, sử dụng "thì ra" để viết câu.

A	B
1. Em tưởng chị đi rồi •	• a. máy tính bị hỏng rồi
2. Muộn rồi mà em ấy vẫn chưa đi học •	• b. cái gì cũng mặn
3. Cả bữa ăn anh ấy ăn rất ít •	• c. hôm nay cả trường nghỉ học
4. Tôi thấy ông ấy chạy về nhà lấy ô •	• d. chị vẫn ở đây
5. Cả ngày anh ấy không làm việc •	• e. trời mưa to

III. BÀI ĐỌC

Văn Miếu - Quốc Tử Giám

Văn Miếu - Quốc Tử Giám là **quần thể** di tích đa dạng và phong phú hàng đầu của thành phố Hà Nội, nằm ở phía Nam kinh thành Thăng Long thời nhà Lý. Văn Miếu được xây dựng tháng 10 năm 1070, thờ Khổng Tử, các **bậc hiền triết** của Nho giáo và Chu Văn An - người thầy tiêu biểu đạo cao, **đức trọng** của nền giáo dục Việt Nam. Năm 1076, nhà Quốc Tử Giám được xây phía sau Văn Miếu, ban đầu là nơi học của các **hoàng tử**, sau đó thu nhận cả **học trò** giỏi trong **thiên hạ**. Quốc Tử Giám được coi là trường đại học đầu tiên của Việt Nam.

Văn Miếu được chia làm 5 khu. Trong các kiến trúc ở đây, đặc biệt nhất là Khuê Văn Các, được xây dựng vào đầu thế kỉ XIX. Khuê Văn Các là một **lầu** vuông tám mái, **chạm trổ** hoa văn rất **tinh tế**. Các khu khác như Nhà Bái đường và Hậu cung cũng giữ lại được nhiều bộ phận kiến trúc và các bức **chạm khắc gỗ** rất độc đáo. Trong khu di tích Văn Miếu, **di vật** quý nhất là những tấm bia đá nằm hai bên giếng Thiên Quang. Những tấm bia này được dựng trên những con rùa đá. Trên những tấm bia có tên của những người đỗ tiến sĩ, từ năm 1442 đến năm 1779.

Văn Miếu – Quốc Tử Giám nằm ở trung tâm của Hà Nội, và luôn được coi là biểu tượng của văn hoá thủ đô.

Cung Cảnh Phúc (Gyeongbokgung)

Được xây dựng từ năm 1395, Cung Cảnh Phúc (Gyeongbokgung) trở thành nơi hoạt động triều chính chính thức của các triều đại trong suốt lịch sử của vương triều Joseon, từ năm 1392 đến năm 1910. Cung điện Gyeongbokgung đã nhiều lần bị **phá hủy** trong các cuộc chiến tranh **xâm lược** và **thuộc địa** của Nhật Bản.

Mãi đến năm 1990 cung điện mới bắt đầu được **khôi phục** và sửa chữa dần dần cho đến ngày nay. **Quy hoạch** của cung điện Gyeongbokgung bao gồm các khu hoạt động **triều chính**, khu sinh hoạt và nghỉ ngơi. **Dọc theo trục chính** của cung điện lấy cổng Quảng Hoà Môn (Gwanghwamun) làm trung tâm, là Điện Cần Chính (Geunjeongjeon). Đây là nơi đặt **ngai** vàng của vua và là nơi **thiết triều**, hai bên Điện Cần Chính là nơi ở của vua và **hoàng hậu**. Các khu vực khác được xây rất **đối xứng**, tạo nên **sự hài hoà** thống nhất và **phân cấp** rõ ràng, như Lầu Khánh Hội (Gyoenghoeru) **tọa lạc** trên một ao sen nhân tạo, Điện Khang Ninh (Gangnyeonjeon) là nơi nghỉ ngơi của vua, Điện Giao Thái (Gyotaejeon) là nơi nghỉ ngơi của hoàng hậu...

Cung Cảnh Phúc được coi là một trong những điểm du lịch hấp dẫn nhất ở Seoul.

quần thể	군체	khôi phục	복구하다
bậc hiền triết	성현	quy hoạch	구획하다, 계획하다
đức trọng	Đức cao vọng trọng (德高重望, 덕고중망, 사람들에게 많은 사랑과 존경을 받는 덕있는 사람)	dọc theo	~를 따라
hoàng tử	왕자	trục chính	주축
học trò	제자	triều chính	조정
thiên hạ	천하 (백성)	hoàng hậu	황후
đạo	도교	đối xứng	대칭적인, 균형잡힌
lầu	여러 층의 집 / 누각	ngai	왕좌
chạm trổ	조각하다	thiết triều	국왕알현
chạm khắc gỗ	나무 조각하다	sự hài hoà	조화
phá hủy	파괴하다	phân cấp	등급을 매기다
xâm lược	침략하다	tọa lạc	위치하다
thuộc địa	식민지		

IV. LUYỆN TẬP

1. Em hãy giải thích các từ dưới đây.

1) quần thể

2) di tích

3) tiêu biểu

4) hàng đầu

5) biểu tượng

6) khôi phục

7) đối xứng

8) nhân tạo

2. Dựa vào bài đọc, hãy trả lời các câu hỏi sau.

1) Văn Miếu được xây dựng vào thời gian nào?

2) Ở Văn Miếu thờ những ai?

3) Quốc Tử Giám được xây dựng để làm gì?

4) Văn Miếu có mấy khu?

5) Cung Cảnh Phúc được xây dựng vào năm nào?

6) Trong cung Cảnh Phúc, ngai vàng của vua đặt ở đâu?

7) Cung Cảnh Phúc là nơi hoạt động triều chính chính thức của các triều đại thuộc vương triều nào?

BÀI TẬP TỰ CHUẨN BỊ

Em hãy sưu tầm tranh ảnh về các nội dung sau.

1) Bia đá tiến sĩ ở Văn Miếu

2) Giếng Thiên Quang

3) Khuê Văn Các

4) Cổng Quảng Hoà môn

5) Lầu Khánh Hội

BÀI 13

TIẾNG VIỆT

I. HỘI THOẠI

(Nga cho Jung xem ảnh gia đình của Nga).

Nga: Jung xem này. Ảnh cả hai bên **gia đình nội ngoại** của mình chụp cách đây 5 năm đấy.

Đố Jung nhìn thấy mình ở đâu.

Jung: Ôi đông người quá. Có phải Nga đây không?

Nga: Không phải. Đấy là **dì** Lan. Dì Lan và mình gần bằng tuổi nhau nên trông giống nhau lắm.

Jung: À, mình vừa học được từ "dì" ở lớp tiếng Việt. Dì là em gái của bố đúng không nhỉ?

Nga: Không phải, dì là em gái của mẹ chứ. Còn em gái của bố gọi là cô.

Jung: Ôi trời, mình vừa học đã quên rồi. Sao tiếng Việt phức tạp thế? Thế trong ảnh này thì

Nga đứng cạnh dì Lan phải không?

Nga: Đúng rồi. Mình đứng giữa dì Lan và cậu Tuấn. Bên cạnh cậu Tuấn là chú Hưng.

Jung: Hả? Chú là gì? Cậu là gì?

Nga: **Chú** là em trai của bố. **Cậu** là em trai của mẹ.

Jung: Trời ơi! Mình phải viết vào vở không thì quên mất. Mình tưởng tiếng Việt chỉ khó về phát âm vì có nhiều thanh điệu, hoá ra cả **xưng hô** cũng khó nữa.

Nga: Ừ, chưa hết đâu. Vợ của chú gọi là **thím**. Vợ của cậu gọi là **mợ**. Còn chồng của cô và chồng của dì đều gọi là chú. Còn anh chị của bố và của mẹ thì dều gọi là **bác**.

Jung: Thôi…

Nga: Nhưng đấy là cách xưng hô ngoài Bắc thôi. Còn ở trong Nam thì cả anh trai và em trai của mẹ đều gọi là cậu, cả chị gái và em gái của mẹ đều gọi là dì.

Jung: Có lẽ mình cần phải nghỉ ngơi một chút, mình đau đầu quá, ôi…

gia đình nội ngoại	양쪽 집안의 가족들	mợ	외숙모
dì	이모	chú	-작은아버지 (아버지의 남동생) -아저씨 (사회적) -고모의 남편 -이모의 남편
xưng hô	호칭	cậu	외삼촌
thím	숙모	bác	- 큰아버지 (아버지의 형) - 큰아버지의 아내 - 어머니의 언니의 남편

II. CHÚ THÍCH NGỮ PHÁP

1 vừa A đã B (A하자마자 B하다)

Kết cấu vừa A đã B thể hiện sự tiếp nối của hai hành động (hoặc trạng thái), **nhấn mạnh tính chất quá sớm của hành động** (hoặc trạng thái) **phía sau.**

(vừa A đã B구문은 연속된 행동(상태)를 표현할때 앞의 행동에 이어 다음 행동이 바로 일어남을 나타낸다.)

VD: Mình vừa học đã quên rồi. (나는 공부하자마자 잊어버렸다.)

Chị ấy vừa bắt đầu ăn thì đã hết cơm. (그녀는 먹기 시작하자마자 식사를 마쳤다.)

2 A không thì B (A 하지 않으면 B하다)

Kết cấu này được sử dụng trong cấu trúc A không thì B để cảnh báo người khác về một sự việc có thể xảy ra, hoặc một kết quả không tốt xảy ra với mình.

(이 구문은 A không thì B의 형태로 사용하며 일어날 수 있는 일에 대해 충고해주기 위해 사용하거나 자신에게 안 좋은 결과가 발생할 수 있음을 표현할 때 사용한다.)

VD: Anh mặc áo không thì lạnh. (옷을 입지 않으면 춥다.)

Em ăn nhanh lên không thì muộn. (빨리 안먹으면 늦는다.)

Tôi phải đi ngay không thì muộn mất. (바로 가지 않으면 늦는다.)

3 động từ + được, mất (~하다, 해버리다)

Động từ + được biểu hiện ý nghĩa tích cực của động từ. (được có nghĩa là thêm vào.)

('동사 + được'은 동사의 능동적 의미를 표현한다. (được은 '보태다'의 의미가 있다.))

Động từ + mất biểu hiện ý nghĩa tiêu cực của động từ (mất có nghĩa là thiếu hụt).

('동사 + mất'은 동사의 수동적 의미를 표현한다. (mất은 '부족하다'의 의미가 있다.))

VD: Tôi học được một từ mới. (나는 새 단어를 익혔다.)

Tôi mua được một quyển sách hay. (나는 재미있는 책 한권을 구매했다.)

Tôi rất thích cái bánh này nhưng em tôi đã ăn mất.

(내가 매우 좋아하는 이 빵을 동생이 다 먹었다.)

Tôi quên mất từ đó nghĩa là gì rồi. (나는 그 단어의 뜻을 잊어버렸다.)

4 Có lẽ ~ (아마 ~ / 아마도 ~)

Câu bắt đầu với có lẽ thể hiện sự dự đoán và không chắc chắn về sự việc được nói đến trong câu.

(Có lẽ로 시작하는 문장은 언급한 내용이 확실히 일어날 지는 모르는 예측을 표현할 때 사용한다.)

VD: Có lẽ hôm nay trời mưa. (아마 오늘 비가 올 것이다.)

Có lẽ cô giáo sẽ đến muộn. (아마도 오늘 선생님이 늦게 오실 것이다.)

Có lẽ tôi cần nghỉ một chút. (아미도 니는 조금 쉴 필요가 있는 것 같다.)

BÀI TẬP

1. Hoàn thành câu theo mẫu.

Mẫu

chị ấy / đi / mệt
→ Chị ấy vừa đi đã mệt.

1) Anh ấy / học phát âm tiếng Việt / kêu khó

2) Sách của chị ấy / xuất bản / hết hàng

3) Em / vào lớp / bị cô giáo kiểm tra bài tập

4) Chị ấy / biết đánh vần chữ tiếng Hàn / muốn đọc cả quyển sách

5) Cô ấy / học nấu ăn / nấu được rất nhiều món ăn ngon

2. Viết tiếp các câu sau

1) Em về nhà ngay đi không thì

2) Chúng ta phải làm bài tập không thì

3) Bạn cần học phát âm tiếng Việt thật chuẩn không thì

4) Chị phải thay đổi thói quen ăn uống ngay không thì

5) Tôi nghĩ là tôi cần phải mua một chiếc điện thoại mới không thì

3. Thêm "được / mất" vào những câu sau sao cho hợp lí.

1) Sau 1 học kì, tôi đã nói một ít tiếng Việt.

2) Bạn ấy đã quên số điện thoại của tôi.

3) Cửa hàng ấy suốt từ sáng đến giờ không bán sản phẩm nào.

4) Em ấy trông mệt mỏi quá. Em ấy ốm .

5) Cuộc họp hôm nay thiếu 2 người.

6) Em muốn đọc quyển sách ấy mà chị lại cho người khác mượn ______.

7) Em đã ôn tập bài rất nhiều lần mà chưa nhớ ______.

8) Hôm qua tôi bị kẻ trộm lấy ______ ví tiền.

9) Chị đi ngay đi không thì muộn ______.

10) Anh nhìn này, em mua ______ cái túi đẹp lắm.

4. Sử dụng "có lẽ" để đáp lại câu nói cho trước.

1) A : Ngày mai anh có đến dự tiệc sinh nhật của em không?

B : ______

2) A : Hôm nay thầy giáo có kiểm tra bài tập không nhỉ?

B : ______

3) A : Bạn cũng không có đồng hồ à? Làm sao biết được bây giờ là mấy giờ nhỉ?

B : ______

4) A : Vì sao anh ấy tức giận như thế?

B : ______

5) A : Anh sẽ học tiếng Việt trong bao lâu?

B : ______

III. BÀI ĐỌC

Tiếng Việt

Tiếng Việt là ngôn ngữ của người Việt (người Kinh), và là ngôn ngữ chính thức của nước Việt Nam. Tiếng Việt là tiếng **mẹ đẻ** của khoảng 85% **dân cư** Việt Nam và khoảng hơn bốn triệu người Việt ở nước ngoài. Tiếng Việt là ngôn ngữ thứ hai của các **dân tộc thiểu số** Việt Nam.

Trước đây, người Việt Nam sử dụng chữ Hán và chữ Nôm để ghi tiếng Việt. Từ thế kỉ XX, người Việt bắt đầu sử dụng chữ quốc ngữ. Chữ quốc ngữ **hình thành** dựa trên các **kí tự** La tinh, do một số **linh mục** người châu Âu tạo ra (từ thế kỉ XVII). Người có công lớn nhất trong việc **hoàn chỉnh** chữ quốc ngữ là Alexandre De Rhodes. Hiện nay, chữ quốc ngữ được công nhận là chữ chính thức của người Việt.

Bảng chữ cái tiếng Việt có 29 chữ cái. Về **ngữ âm**, tiếng Việt có 23 **phụ âm** (được viết bằng 17 chữ và 10 **tổ hợp chữ**[1)]), 16 **nguyên âm**, trong đó có 13 **nguyên âm đơn** (được viết bằng 12 chữ và 1 tổ hợp chữ[2)]), 3 **nguyên âm đôi** (được viết bằng 8 tổ hợp chữ[3)]), 6 thanh điệu. Về từ vựng, tiếng Việt có cả **từ thuần** Việt và **từ mượn**, trong đó số lượng từ Hán Việt chiếm nhiều nhất, khoảng 65%. Về ngữ pháp, câu tiếng Việt có **trật tự** chủ ngữ - động từ - bổ ngữ.

---

1) 17 chữ ghi phụ âm: b, d, đ, g, h, l, m, n, p, r, s, t, v, x, c / k / q
   10 tổ hợp chữ ghi phụ âm: ch, gi, gh, kh, nh, ph, th, tr, ng / ngh
2) 12 chữ ghi nguyên âm đơn: a, ă, â, e, ê, o, ô, ơ, u, ư, i / y
   1 tổ hợp chữ ghi nguyên âm đơn: oo (cái xoong, boong tàu)
3) 8 tổ hợp chữ ghi 3 nguyên âm đôi: - iê / yê / ia / ya
   - uê / ua
   - ươ / ưa

Tiếng Hàn

Tiếng Hàn là ngôn ngữ chính thức được sử dụng ở **xứ sở** Kim chi. Là một đất nước chỉ có một dân tộc duy nhất (dân tộc Hàn), nên tiếng Hàn là tiếng mẹ đẻ của tất cả dân cư Hàn Quốc và những người Hàn Quốc ở nước ngoài.

Người Hàn Quốc sử dụng bộ chữ tiếng Hàn, với tên gọi là Hangeul được đưa vào sử dụng năm 1446. Đây là một bộ chữ rất độc đáo, không chịu ảnh hưởng của từ chữ viết của các ngôn ngữ khác. Hiện nay, Hangeul là chữ viết chính thức của người Hàn.

Bảng chữ cái tiếng Hàn có 51 kí tự, trong đó có 24 **kí tự đơn** và 27 **kí tự kép**. Về ngữ âm, tiếng Hàn có 21 nguyên âm và 19 phụ âm. Về từ vựng, tiếng Hàn có cả từ thuần Hàn và từ mượn, trong đó số lượng từ Hán Hàn (đặc biệt là các **thuật ngữ** khoa học) chiếm hơn 50%. Về ngữ pháp, câu tiếng Hàn có trật tự chủ ngữ - bổ ngữ - động từ.

mẹ đẻ	어머니	nguyên âm đơn	단모음
dân cư	인구	nguyên âm đôi	이중모음
dân tộc thiểu số	소수민족	tổ hợp chữ	합성어
hình thành	형성하다	từ thuần	순 우리말
kí tự	문자	từ mượn	외래어
linh mục	성직자, 사제, 선교사	trật tự	질서
hoàn chỉnh	완벽한, 완전한	xứ sở	국토
ngữ âm	음운	kí tự đơn	단일 문자 (single character)
phụ âm	자음	kí tự kép	복합 문자 (compound character)
nguyên âm	모음	thuật ngữ	술어(術語)

IV. LUYỆN TẬP

1. Em hãy tìm nghĩa của các từ ngữ sau.

1) tiếng mẹ đẻ

2) từ thuần Việt

3) từ mượn

4) chữ quốc ngữ

2. Dựa vào bài đọc, hãy trả lời các câu hỏi sau.

1) Trong tiếng Việt, có bao nhiêu nguyên âm và phụ âm?

2) Bảng chữ cái tiếng Việt có bao nhiêu chữ cái?

3) Trong tiếng Việt, từ mượn tiếng nào là nhiều nhất?

4) Trật tự câu của tiếng Việt là gì?

5) Từ trước đến nay, người Việt đều dùng chữ quốc ngữ phải không?

6) Hiện nay, chữ nào được công nhận là chữ chính thức của người Việt?

7) Chữ tiếng Hàn còn có tên gọi nào khác?

8) Chữ tiếng Hàn được phát minh vào năm bao nhiêu? Do ai phát minh?

9) Bảng chữ cái tiếng Hàn có bao nhiêu kí tự?

10) Hãy so sánh về mặt ngữ âm, từ vựng, ngữ pháp giữa tiếng Việt và tiếng Hàn

3. Hãy chọn các từ ngữ thích hợp để điền vào chỗ trống trong các câu sau.

nguyên âm	từ mượn	tiếng mẹ đẻ
phụ âm	ngữ âm	ngôn ngữ thứ hai
chữ cái	từ vựng	thanh điệu
ngữ pháp		

1) Nếu trẻ em được học ngoại ngữ từ khi còn nhỏ thì nhiều em có thể nói ngoại ngữ giỏi như __________ .

2) Trong tiếng Việt, có nhiều __________ có dấu phụ, như "ă, â, ư, ô, ơ".

3) Việc phát âm __________ "ng" đối với nhiều người Hàn Quốc là rất khó, bởi vì trong tiếng Hàn không có __________ này.

4) Bảng __________ tiếng Anh có 26 __________ .

5) Trong tiếng Hàn có rất nhiều __________ tiếng Anh, đặc biệt là trong lĩnh vực trang điểm, như mascara, cream, eyeline…

6) Khi học __________ tiếng Việt, nhiều người nước ngoài cảm thấy rất khó khăn bởi vì tiếng Việt có 6 thanh điệu, và việc phát âm chuẩn những thanh điệu này là vô cùng khó.

7) Trong hệ thống __________ tiếng Việt, có các từ thuần Việt, từ mượn Hán, từ mượn Pháp, từ mượn Anh…

8) __________ tiếng Việt và __________ tiếng Hàn khác nhau cơ bản ở trật tự câu. Vị trí của động từ trong tiếng Việt là trước bổ ngữ, còn trong tiếng Hàn là ở sau bổ ngữ.

9) Việt Nam là một đất nước có 54 dân tộc anh em, trong đó người Kinh (người Việt) chiếm đa số. Tiếng Việt là tiếng mẹ đẻ của người Kinh, và là __________ của các dân tộc thiểu số.

10) Không chỉ tiếng Việt có 6 __________ mà một số ngôn ngữ khác cũng có __________, như tiếng Trung, tiếng Thái, tiếng Lào, một số ngôn ngữ ở châu Phi.

BÀI TẬP TỰ CHUẨN BỊ

1) Đóng vai (trong 5 phút): Hai người bạn (một người Hàn Quốc học tiếng Việt và một người Việt Nam học tiếng Hàn) nói chuyện về những khó khăn khi học tiếng của nhau.

BÀI 14

THÀNH PHỐ HỒ CHÍ MINH

I. HỘI THOẠI

Lee: Bạn có **bản đồ** du lịch thành phố Hồ Chí Minh không? Cho mình mượn với.

Trung: Lee sắp đi Sài Gòn à?

Lee: Không, mình đi thành phố Hồ Chí Minh.

Trung: À Sài Gòn chính là thành phố Hồ Chí Minh đấy. Sài Gòn là tên cũ của thành phố Hồ Chí Minh.

Lee: Ôi thế à? Mình không hề biết. Mình đang tìm thông tin du lịch Sài Gòn, nếu có bản đồ du lịch để xem trước thì tốt quá. Bản đồ ở trên mạng nhìn không rõ.

Trung: Mình chỉ có bản đồ **hành chính** thôi, Lee có lấy không? Nhưng theo mình thì Lee không cần bản đồ du lịch đâu. Khi đến nơi, Lee thuê xe taxi đi chơi thì lái xe sẽ **chỉ dẫn** cho Lee đầy đủ, còn tốt hơn bản đồ.

Lee: Ừ thế thôi vậy. Mình sẽ xem thêm thông tin trên **mạng**. Ngày kia mình bay, hi vọng thời tiết sẽ đẹp.

Trung: Ở thành phố Hồ Chí Minh thời tiết nắng quanh năm. Ở đó không có mùa đông, nên Lee đi lúc nào cũng là mùa hè.

Lee: Thế thì tốt, mình thích mùa hè.

Trung: Từ Busan đến thành phố Hồ Chí Minh **bay thẳng** mất bao lâu hả Lee?

Lee: Mình nghe nói là khoảng gần 5 tiếng.

Trung: Không lâu lắm nhỉ. Đến đó, Lee nhớ đi chơi chợ Bến Thành, dinh Độc Lập… nhé. À và nhớ ăn thử hủ tiếu. Ngon lắm, không thể chê vào đâu được.

bản đồ	지도	mạng	인터넷, 통신망
hành chính	행정	bay thẳng	직항
chỉ dẫn	안내(하다.)		

II. CHÚ THÍCH NGỮ PHÁP

1 ~ với (~함께 해주세요)

Với đứng ở cuối câu, thể hiện hai ý nghĩa.

(với는 문장 끝에 위치하여, 두 가지 의미를 나타낸다.)

1) Đề nghị người khác làm gì giúp mình.

(타인에게 나를 돕기를 요청하다.)

VD: Lấy cho em cái bút với. (저에게 펜을 주세요.)

Cho mình mượn bản đồ với. (나에게 지도를 빌려 주세요.)

2) Đề nghị người khác cho phép mình làm gì cùng với họ.

(타인에게 자신이 함께 일을 하도록 양해를 구하다.)

VD: Mẹ đi siêu thị à? Con đi với. (어머니 슈퍼마켓 가세요? 저도 같이 가요.)

Anh ăn gì thế? Em ăn với. (당신 뭐 드세요? 저도 같이 먹어요.)

2 không hề ~ (전혀~아니다)

Đây là một kết cấu phủ định, phủ định hoàn toàn hành động hoặc tính chất trong câu nói.

(이것은 부정 구문으로, 문장 내의 행동 또는 성질을 완전히 부정한다.)

VD: Cô ấy không hề xinh. (그녀는 전혀 예쁘지 않다.)

Tôi không hề biết chuyện ấy. (나는 그 일을 전혀 알지 못한다.)

Anh ấy không hề nói một câu nào trong cả chuyến du lịch.

(그는 여행편에 대해 한 마디도 하지 못했다.)

3 theo mình thì ~ (제 생각에는~)

Kết cấu này đứng ở đầu câu, nêu quan điểm của người nói. (câu nói mang quan điểm cá nhân của người nói.)

(이 구문은 문장 앞에 위치하여 화자의 관점을 언급한다. (언급 구문은 화자 개인의 관점을 반영한다.))

VD: Theo tôi thì chúng ta nên kết thúc buổi họp tại đây.

(제 생각에는 우리가 여기서 회의를 마쳐야겠습니다.)

Theo anh thì em nên tập thể dục nhiều hơn.

(내 생각에 너는 운동을 더 많이 하는게 좋겠어.)

4 thế thôi vậy (됐어요 / 그만해요)

Khi người nói không muốn (không thể) **tiếp tục thực hiện hành động trong câu chuyện đang nói ở trước, và đành phải chấp nhận một hành động khác** (được đề cập đến ở câu sau) **có thể sử dụng kết cấu thế thôi vậy / thế thôi / thôi vậy.**

(화자가 현재 말하고 있는 내용의 행동을 더 이상 하기를 원치 않거나 할 수 없을 때, 그리고 다른 행동을 받아들여야만 할 때 thế thôi vậy/thế thôi/thôi vậy를 결합하여 사용할 수 있다.)

VD: Em nhờ chị đặt vé máy bay từ tuần trước mà chị không làm giúp em. Thế thôi vậy, em tự làm.

(저는 당신에게 지난주부터 비행기표 예매를 부탁드렸는데, 저를 도와주지 않는군요. 됐습니다, 제가 알아서 하겠습니다.)

Cậu không có bản đồ cho mình mượn à? Thôi vậy, mình tìm bản đồ trên mạng.

(너 나에게 빌려줄 지도가 없니? 됐어, 내가 인터넷에서 지도를 찾아볼게.)

Cấu trúc này còn có thể biến đổi thành: Thế thôi + câu + vậy

(이 구문은 'Thế thôi + 문장 + vậy'로 변형할 수 있다.)

VD: Thế thôi em tự làm vậy. (됐어요, 제가 알아서 할게요.)

Thế thôi, mình tìm bản đồ trên mạng vậy. (됐어, 내가 인터넷에서 지도 찾아볼게.)

5 thế thì ~ (그렇다면~)

Kết cấu đứng đầu một câu nói, mang nghĩa kết quả của điều kiện xảy ra ở trước.

(문장 앞에 위치하여 이전에 발생했던 조건의 결과를 의미한다.)

VD: (Hôm nay cô giáo không giao bài tập.) **Thế thì chúng ta đi xem phim nhé.**

((오늘 선생님이 숙제를 내지 않으셨다.) 그러면 우리 영화 보러 가자.)

(5 phút nữa anh sẽ đến.) **Thế thì em phải dọn dẹp nhà thật nhanh.**

((5분 후에 그가 도착한다.) 그러면 우리가 정말 빠르게 집을 정리 해야 해.)

(Ở Hà Nội có 4 mùa.) **Thế thì tốt, em rất thích mùa thu và mùa đông.**

((하노이는 4계절이 있다.) 그러면 좋아요, 저는 가을과 겨울을 정말 좋아해요.)

6 không thể + động từ + vào đâu được (전혀~할 수 없다)

Cấu trúc này dùng để nhấn mạnh ý nghĩa phủ định hoàn toàn khả năng thực hiện của hành động.

(이 문장은 행동이 실현 될 가능성이 완전히 부정적임을 강조하기 위해 사용한다.)

VD: **Lớp học đông người quá. Không thể ngồi vào đâu được** (nữa).

(교실에 사람이 너무 많다. 전혀 앉을 수가 없다.)

Trưa nay tôi ăn nhiều quá. Bây giờ không thể ăn vào đâu được (nữa).

(오늘 점심 때 나는 너무 많이 먹었다. 지금 아무것도 먹을 수가 없다.)

Vali của tôi đầy quá rồi, không thể để thêm vào đâu được.

(내 가방은 이미 다 차서, 뭐든 더 넣을 수가 없다.)

BÀI TẬP

1. Dùng "với" để đề nghị khi.

1) Em bé muốn ăn kem cùng các bạn.

2) Chị ấy muốn ngồi cùng các bạn.

3) Bạn muốn bạn mình lấy giúp quyển sách.

4) Anh ấy muốn đá bóng cùng các em khoá dưới.

5) Em ấy muốn đi dã ngoại cùng các bạn.

2. Dùng kết cấu "không thể… vào đâu được" và các động từ ngồi, viết, chê, trồng, để để hoàn thành các câu sau.

1) Anh ấy hát hay quá,

2) Ô tô đông người quá,

3) Trên bảng đã kín chữ rồi,

4) Tủ giày đã hết chỗ rồi,

5) Vườn này nhiều cây quá rồi,

3. Dùng cấu trúc "không hề" để phủ định các ý sau đây.

1) Bạn biết việc anh ấy sẽ kết hôn.

2) Anh ấy ăn những món cô ấy nấu.

3) Em ấy viết thư cho anh ấy.

4) 2 tháng nay, trời mưa.

5) Cô ấy cười với anh ấy.

4. Hoàn thành câu theo mẫu cho trước.

Mẫu

(Bạn nhờ bạn của bạn làm giúp bài tập) bài tập khó quá / tự làm
→ Bài tập khó quá à? Thế thôi vậy, mình tự làm.
(Thế thôi, mình tự làm vậy)

1) (Bạn định đi chơi) Trời mưa / ở nhà

2) (Bạn đi chơi cùng bạn bè và định thuê xe tự lái) Bạn của bạn không biết lái xe / gọi taxi

3) (Bạn định đi xem phim cùng anh ấy) Anh ấy bận đột xuất / hủy vé xem phim

4) (Bạn định đi làm bằng xe máy) Xe máy hỏng / đi xe buýt

5) (Bạn thích một cái áo) Cái áo đắt quá / mua cái khác

5. Bạn khuyên bạn của bạn như thế nào trong các trường hợp sau (sử dụng "Theo mình thì").

1) Bạn của bạn thích chơi hơn thích học.

2) Bạn của bạn nói dối bố mẹ.

3) Bạn của bạn bị ốm nặng.

4) Bạn của bạn mới chia tay người yêu.

5) Bạn của bạn sắp đi du lịch Busan.

6. Hoàn thành các hội thoại sau đây.

1) A : Em chưa bao giờ đi thành phố Hồ Chí Minh.

B : Thế thì

2) A : Em thèm ăn hủ tiếu quá.

B : Thế thì

3) A : Hôm nay có đoàn nghệ thuật Hàn Quốc đến biểu diễn ở trung tâm thành phố đấy.

B : Thế thì

4) A : Dự báo thời tiết mấy ngày tới đều có mưa.

B : Thế thì

5) A : Cô giáo nói là tuần sau sẽ có bài kiểm tra.

B : Thế thì

III. BÀI ĐỌC

THÀNH PHỐ HỒ CHÍ MINH

Thành phố Hồ Chí Minh được thành lập vào năm 1698 khi Nguyễn Hữu Cảnh cho lập **phủ Gia Định**. Tính đến nay, thành phố Hồ Chí Minh đã được hơn 300 năm tuổi. Về tên gọi, trước đây, thành phố có tên là Sài Gòn. Năm 1976, sau khi đất nước Việt Nam thống nhất hai miền Nam Bắc, Sài Gòn chính thức đổi tên thành thành phố Hồ Chí Minh.

Hồ Chí Minh là thành phố lớn thứ hai Việt Nam (sau Hà Nội) với diện tích 2.095,06 km^2, dân số đông nhất cả nước với khoảng hơn 8 triệu người.[1] Đầu thế kỉ XX, khi người Pháp vào Đông Dương, thành phố trở nên **sầm uất**, **lộng lẫy**, và trở thành "**hòn ngọc** Viễn Đông" của Đông Dương. Hiện nay, đây là thành phố có kinh tế phát triển nhất cả nước, là đầu mối giao thông quan trọng của Việt Nam và Đông Nam Á. Thành phố cũng mang một nền văn hoá đa dạng, do sự tồn tại của nhiều dân tộc khác nhau: Kinh, Hoa, Chăm...và sự **hấp thụ** nền văn hoá **Âu Mỹ** trong thời kỳ thuộc địa và chiến tranh Việt Nam. Cho tới những thập niên gần đây, những hoạt động kinh tế, du lịch tiếp tục giúp thành phố có một nền văn hoá đa dạng hơn. Đây cũng là thành phố thu hút du lịch lớn nhất cả nước. Ngoài ra, các lĩnh vực truyền thông, thể thao, giải trí....của thành phố Hồ Chí Minh cũng đều chiếm lĩnh vị trí hàng đầu.

Vấn đề lớn nhất hiện nay của thành phố Hồ Chí Minh là **tình trạng**

1) Theo số liệu điều tra năm 2014

tăng dân số quá nhanh, khiến thành phố phải đối mặt với các vấn đề về môi trường và giao thông công cộng.

BUSAN

Busan là thành phố cảng lớn nhất Hàn Quốc. Với diện tích 767.4 km^2, dân số khoảng 4 triệu người, Busan là thành phố lớn thứ hai Hàn Quốc sau Seoul. Busan đã từng là nơi tổ chức Đại hội thể thao châu Á 2002 và hội nghị APEC 2005. Hiện nay, Busan nổi tiếng là điểm du lịch với những bãi biển rộng lớn tuyệt đẹp.

Busan được coi như thủ đô mùa hè của Hàn Quốc, bởi cứ mùa hè là người dân lại **đổ** đến đây để du lịch biển. Đến Busan, mọi người không thể bỏ qua bãi biển Haeundae nổi tiếng nhất của Hàn Quốc. Đây là nơi **lí tưởng** để tắm biển, chơi ca-nô **lướt sóng**, **lướt ván**… Về kiến trúc, Busan nổi tiếng với trung tâm hội nghị APEC Nurimaru. Tòa nhà nằm trên đảo Dongbaekseom đẹp như tranh vẽ, với lối kiến trúc độc đáo trong **khung cảnh thơ mộng** xung quanh. Nhà cửa ở Busan thường được xây **men theo** sườn đồi, khi đi quanh thành phố thì người dân phải lên và xuống dốc nhiều lần. Busan cũng được biết đến với đền Haedong Yonggungsa, ngôi đền Phật giáo được xây dựng trên một **ghềnh đá** bên bờ biển. Một địa điểm thú vị của Busan là chợ cá Jagalchi – khu chợ hải sản lớn nhất Hàn Quốc với hàng ngàn quầy hàng với hàng ngàn tấn cá đến và đi mỗi ngày…

Busan thiết lập quan hệ **kết nghĩa** với thành phố Hồ Chí Minh của Việt Nam vào tháng 11 năm 1995. Từ đó đến nay, hai thành phố đã có nhiều hoạt động chung nhằm thúc đẩy quan hệ hợp tác và nhờ đó, mối quan hệ ngày càng **khăng khít** hơn.

phủ Gia Định	자딩 시(성,부)	lướt sóng	서핑
sầm uất	번화한, 발달한	lướt ván	수상스키
lộng lẫy	호화로운	khung cảnh	배경, 풍경, 광경
hòn ngọc	옥 (구슬)	thơ mộng	시적인
hấp thụ	흡수하다	men theo	~를 따라
tình trạng	상태	ghềnh đá	주상절리
đổ	오다, 상륙하다, 쏟다	kết nghĩa	결의
lí tưởng	이상적인	khăng khít	굳게 맺어진

IV. LUYỆN TẬP

1. Dựa vào bài đọc, hãy trả lời các câu hỏi sau.

1) Vì sao trước đây thành phố Hồ Chí Minh được gọi là hòn ngọc Viễn Đông?

2) Thành phố có tên là Hồ Chí Minh chính thức từ bao giờ?

3) Hãy kể những đặc điểm "nhất cả nước" của thành phố Hồ Chí Minh.

4) Hiện nay, thành phố Hồ Chí Minh đang phải đối mặt với những vấn đề gì?

5) Thành phố Busan nổi tiếng nhất vì điều gì?

6) Thành phố Hồ Chí Minh và thành phố Busan có quan hệ gì? Từ bao giờ?

2. Hãy chọn các từ ngữ thích hợp để điền vào chỗ trống trong các câu sau.

hàng đầu	đối mặt
hàng ngàn	kết nghĩa
khăng khít	chính thức
đầu mối	đa dạng
thập niên	tình trạng

1) Mặc dù chưa làm lễ cưới, nhưng vì đã đăng kí kết hôn nên anh và chị ấy vẫn ______ là vợ chồng.

2) Ở Hà Nội, chợ Long Biên là một trong những chợ ______ lớn. Đây là nơi tập trung hàng nông sản, hoa quả với số lượng rất lớn, thu hút đông đảo các hộ kinh doanh nhỏ và lẻ tại Hà Nội.

3) Các gian hàng trong hội chợ triển lãm bày bán hàng hoá rất ______, từ đồ thủ công mĩ nghệ đến đồ điện máy, điện tử…

4) Quần bò ống loe, tóc xoăn ngắn… là xu hướng thời trang rất thịnh hành của phụ nữ trong ______ 90 của thế kỉ trước.

5) Sau vụ hỏa hoạn, ai cũng đau xót trước   đáng thương của những người bị cháy nhà.

6) Việc tàn phá môi trường vô ý thức đã khiến con người phải   với quá nhiều hậu quả nghiêm trọng: ô nhiễm môi trường, biến đổi khí hậu···

7) Mỗi năm, những bãi biển đẹp tự nhiên và quyến rũ của Busan lại thu hút   lượt khách du lịch.

8) Mặc dù không phải anh em ruột thịt, nhưng họ rất thân thiết, yêu thương nhau như anh em một nhà, nên họ đã quyết định   anh em.

9) Trận giao hữu giữa U22 Việt Nam và đội tuyển các ngôi sao K-League diễn ra vào tối 29/7 là một minh chứng cho mối quan hệ   giữa Thể thao Hàn Quốc và Thể thao Việt Nam.

10) Mong ước của em ấy là thi đỗ vào Đại học Quốc gia — Trường Đại học   của cả nước.

BÀI TẬP TỰ CHUẨN BỊ

1) Chuẩn bị một bài giới thiệu về du lịch thành phố Hồ Chí Minh / thành phố Busan và trình bày trước lớp.

2) Tìm và giới thiệu một số hoạt động hợp tác giữa thành phố Hồ Chí Minh và thành phố Busan từ sau khi hai thành phố có quan hệ kết nghĩa.

BÀI 15

NGHỆ THUẬT

I. HỘI THOẠI

Jasmine: Hôm qua tớ thấy trên ti vi phát một chương trình về âm nhạc Việt Nam. Có một cái **chiếu**, ở trên chiếu có một cô gái và hai người cầm nhạc cụ. Cô gái vừa hát vừa **gõ**... Hát chậm, gõ cũng chậm...

Nga: À, tớ hiểu rồi. Đấy là **ca trù**, âm nhạc **cổ truyền** của Việt Nam.

Jasmine: À ca trù. Tớ nghĩ mãi mà không nhớ ra tên. Lần đầu tiên tớ nhìn thấy một buổi biểu diễn như thế.

Nga: Cậu thấy có hay không?

Jasmine: Buồn lắm. Nhạc chậm lắm.

Nga: Nhạc cổ truyền thường như thế. Cậu có thích không?

Jasmine: Không, tớ chỉ **tò mò** thôi. Tớ không bao giờ muốn nghe nhạc cổ. Tớ thích nghe nhạc hiện đại hơn. Nhạc **tiền chiến** và nhạc trẻ của Việt Nam hay **cực kì**.

Nga: Nhạc cổ truyền của Việt Nam còn nhiều loại khác mà. Quan họ này, **hát ví** này, dân ca này, **vọng cổ** này... Các hình thức sân khấu còn có **chèo** này, **cải lương** này, **tuồng** này... Tớ hay nghe quan họ và chèo, vì tớ ở miền Bắc. Còn ở miền Nam thì mọi người hay nghe cải lương, vọng cổ... Tớ thỉnh thoảng cũng nghe cải lương, nhưng tuồng thì ít khi nghe.

Jasmine: Ôi không, tớ thà tắt ti vi còn hơn nghe nhạc cổ truyền. Nghe xong buồn ơi là buồn.

Nga: Đấy là tùy tính cách của từng người thôi. Nhạc cổ truyền chắc là phù hợp với những người **trầm tĩnh** và **hoài cổ**. Đặc biệt là phù hợp với người già.

Jasmine: Thế thì cậu già rồi. Còn tớ vẫn trẻ.

chiếu	상영하다 / 돗자리	cổ truyền	전통적인
gõ	두드리다, 치다	trầm tĩnh	차분한
tò mò	궁금하다, 호기심있다	hoài cổ	회상적인
cực kì	극히	ca trù	제례에 사용하는 노래
tiền chiến	전전(前戰)음악	hát ví	노동가
vọng cổ	전통 민요	chèo	뱃노래
tuồng	전통 고전극	cải lương	개량극

II. CHÚ THÍCH NGỮ PHÁP

1 động từ + mãi mà không + động từ / tính từ (~ 했는데 ~안하다.)

động từ + mãi mà + ai / cái gì + không + động từ / tính từ

Kết cấu thể hiện một hành động xảy ra rất lâu nhưng không có kết quả.

(이 구문은 일어난지 오래된 행동의 결과가 없음을 나타낸다.)

VD: Chị ấy đi mãi mà không đến.

(그녀는 출발한지 오래 됐는데 도착하지 않았다.)

Anh ấy làm bài tập mãi mà không xong.

(그는 숙제한지 오래 됐는데 끝내지 않았다.)

Chị ấy đợi mãi mà anh ấy không đến.

(그녀는 그를 오랫동안 기다리고 있는데 그는 오지 않았다.)

Mẹ gọi mãi mà em bé không dậy.

(어머니는 애기를 오래 부르고 있는데 애기는 아직 일어나지 않았다.)

Ngoài ra còn có thể sử dụng cấu trúc: mãi mà chưa / mãi vẫn chưa

(그 외 mãi mà chưa / mãi vẫn chưa의 구문으로 사용할 수 있다.)

VD: Anh ấy ăn mãi vẫn chưa xong một bát cơm.

(그는 먹고있지만 아직도 밥 한 공기를 끝내지 못했다.)

Chị ấy chạy mãi vẫn chưa đến đích.

(그녀는 달리고 있지만 아직도 목적지에 도착하지 못했다.)

2 chỉ + động từ + thôi (단지 ~ 하다)

Kết cấu thể hiện sự duy nhất hoặc số lượng ít của động từ.

(이 구문은 동사의 유일함 혹은 빈도가 적음을 나타낸다.)

VD: Hôm nay trời nóng, em chỉ mặc một cái áo thôi.

(오늘 날씨가 더워서, 저는 옷 하나만 입었어요.)

Mặc dù rất đông người đến họp nhưng chị ấy chỉ biết anh ấy thôi.

(회의에는 정말 많은 사람들이 있지만 그녀는 그 사람만 알고 있다.)

3 ~ này

Từ này được dùng khi liệt kê nhiều loại sự vật. Từ này xuất hiện sau tên của mỗi loại sự vật.

(này는 많은 종류의 사물을 열거할 때 사용하며 này는 사물 종류의 이름 뒤에 사용한다.)

VD: Hôm nay em đi chợ mua rất nhiều đồ ăn. Thịt này, cá này, rau này, gạo này···

(오늘 저는 시장에서 많은 음식을 샀어요. 고기, 생선, 야채, 쌀...)

Nhạc cổ truyền có nhiều loại lắm, quan họ này, dân ca này, ca trù này···

(고전 음악은 종류가 많다, 전통 창가, 대중 가요, 제례 음악...)

4 thà A còn hơn B (B보다는 차라리 A하다)

Kết cấu được sử dụng để so sánh, lựa chọn. Người nói không thích cả A và B, nhưng A vẫn tốt hơn B nên sẽ lựa chọn A.

(이 구문은 비교하고 선택하기 위해 사용한다. 화자가 A와 B 둘다 좋지 않지만, B보다는 차라리 A가 좋아서 A를 선택할 때 사용한다.)

VD: Tớ thà tắt ti vi còn hơn nghe nhạc cổ truyền.
A B

(나는 고전 음악을 듣기보다는 차라리 TV를 끄겠다.)

Em thà ở nhà cả ngày còn hơn gặp anh ấy.
A B

(나는 그를 만나기 보다는 차라리 집에 하루종일 있겠다.)

* B có thể đảo lên đầu câu để nhấn mạnh. Khi đó B được chia tách với phần còn lại bằng từ *thì*.

(B는 강조를 위해 문두로 도치할 수 있다. 그 때, B는 thì를 사용해 구분한다.)

VD: Nghe nhạc cổ truyền thì tớ thà tắt ti vicòn hơn.

B A

(고전음악을 듣기보다 나는 TV를 끄겠다.)

Gặp anh ấy thì em thà ở nhà cả ngày còn hơn.

B A

(그를 만나기보다 나는 집에 하루종일 있겠다.)

5 tính từ + ơi là + tính từ (~는 ~이다 / 정말 / 매우)

Kết cấu này sử dụng trong khẩu ngữ, chỉ mức độ cao của tính chất được đề cập trong câu.

(이 구문은 구어체에서 사용하며, 문장에 제기된 성질의 정도가 높음을 가리킨다.)

VD: Mùa đông lạnh ơi là lạnh. (겨울이 춥기는 춥다.)

Món ăn Việt Nam ngon ơi là ngon. (베트남 음식이 맛있기는 정말 맛있구나.)

6 Các phó từ chỉ tần số: hay, thường, không bao giờ, thỉnh thoảng, ít khi… (빈도를 나타내는 부사: 자주, 보통, 절대, 때때로, 가끔)

Các từ này có thể được sắp xếp theo tần số xuất hiện tăng dần như sau.

(이 단어들은 다음의 순서로 현상의 빈도를 나타낼 수 있다.)

không bao giờ(절대) <hiếm khi(희박한) < ít khi(가끔) < thỉnh thoảng(때때로) / đôi khi(때때로) <hay(자주) < thường(보통) < thường thường(일상적으로)/ thường xuyên(거의 매번) < luôn(항상) < luôn luôn(매번)

Sự phân bố về vị trí của các phó từ này có sự khác nhau, cụ thể như sau.

(이 단어들은 문장내 서로 다른 위치를 지니며 다음과 같이 구체적으로 나뉜다.)

- hay, thường xuyên, luôn, luôn luôn, không bao giờ: đứng sau chủ ngữ(주어

뒤에 위치)

- thường, thường thường, thỉnh thoảng, ít khi, hiếm khi: đứng trước hoặc sau chủ ngữ(주어 뒤 혹은 앞에 위치)

VD: Tôi hay đi học muộn.

(나는 자주 늦게 등교한다.)

Chị ấy luôn luôn đến lớp đúng giờ.

(그녀는 매번 정시에 등교한다.)

Chúng tôi thường xuyên đi chơi cùng nhau.

(우리는 거의 자주 서로 함께 놀러간다.)

Em ấy luôn thức khuya dậy trễ.

(그 아이는 항상 밤을 새고 늦게 일어난다.)

Thường anh ấy đến đây lúc 3 giờ.

(보통 그는 여기에 3시에 온다.)

Thỉnh thoảng chị ấy nghỉ làm để đi chơi.

(때때로 그녀는 놀러가기위해 일을 쉰다.)

Ít khi tôi nghe nhạc cổ điển.

(가끔 나는 고전음악을 듣는다.)

Hiếm khi tôi thấy chị ấy đưa con đi học.

(희박하게 나는 그녀가 아이를 등교시키는 모습을 본다.)

BÀI TẬP

1. Hoàn thành các câu sau theo mẫu.

Mẫu

nấu / xong bữa cơm
Em ấy nấu mãi mà không xong bữa cơm.

1) học / tốt nghiệp

2) thi lái xe / đỗ

3) tắm / xong

4) hứa / thực hiện lời hứa

5) yêu nhau / kết hôn

2. Hoàn thành các câu sau theo mẫu.

Mẫu

chị ấy nói / anh ấy hiểu
→ Chị ấy nói mãi mà anh ấy không hiểu.

1) cô giáo giải thích / học sinh hiểu

2) nhân viên làm đi làm lại / giám đốc hài lòng

3) chị ấy đợi / anh ấy về

4) mẹ nói / con nghe

5) anh ấy sửa / máy tính ổn

3. Thêm "chỉ···thôi" vào các câu sau sao cho phù hợp

1) Anh ấy mua sách văn học.

2) Cả tuần anh ấy nghỉ ngày chủ nhật.

3) Bài này em hiểu phần hội thoại.

4) Nhạc cổ truyền Việt Nam em thích quan họ.

5) Cô ấy xem kịch cùng bạn trai.

4. Liệt kê các sự vật để hoàn thành các câu sau (sử dụng ··· này):

1) Hôm nay tớ đi siêu thị mua được rất nhiều thứ nhé:

2) Nhà anh có rất nhiều loại sách:

3) Mỗi mùa hè, tôi đều xem rất nhiều loại phim:

4) Thức ăn đường phố của Hàn Quốc rất đa dạng:

5) Nếu đến Việt Nam em nhớ phải ăn các món ăn truyền thống nhé:

5. Hoàn thành các câu sau đây.

1) Em thà làm bài tập .

2) Ăn món anh ấy nấu thì em thà .

3) còn hơn ra khỏi nhà vào trời mưa.

4) vay tiền anh ấy còn hơn.

5) Chị thà nghe ca trù còn hơn .

6. Viết tiếp các câu sau, thêm các tính từ cùng "ơi là" sao cho phù hợp.

1) Chị ấy hát , em nghe mãi mà không chán.

2) Mấy hôm nay trời , em dùng kem dưỡng mà chân tay vẫn bị nẻ.

3) Ở đây mọi người đều rất lịch sự, giữ yên tĩnh, mà chị ấy vẫn nói to làm em .

4) Tiếng Việt , tôi có thể tự học được.

5) Cái điện thoại này , dùng mãi mà không hỏng.

7. Điền các phó từ chỉ tần số vào các câu sau.

1) Hàng ngày, tôi   đi làm lúc 7 rưỡi.

2) Chị ấy   nói dối nên tôi không thích.

3) Em   gặp anh ấy nhưng em vẫn
gọi điện cho anh ấy.

4) A : Em ấy có   gọi điện cho cô không?
B : Không,   thôi.

5) Chị ấy rất khó tính.   chị ấy cười.

6) Cậu đi uống cà phê với tớ nhé
chúng mình có dịp gặp nhau như thế này.

7)   chị ấy ra ngoài vào buổi tối.

8) Anh ấy là người hiếu thảo nên
gọi điện hỏi thăm bố mẹ.

9) Cô ấy là cô giáo đúng giờ nhất mà tôi từng gặp, cô ấy
đến lớp trước giờ vào lớp 5 phút.

10) Tôi sống ở nhà trọ này không thoải mái lắm vì
họ đóng cửa nhà lúc 9 giờ tối.

III. BÀI ĐỌC

ÂM NHẠC VÀ SÂN KHẤU CỔ TRUYỀN VIỆT NAM

Âm nhạc cổ truyền Việt Nam có truyền thống lâu đời, bắt đầu với **chầu văn**, quan họ, ca trù, hát ví, dân ca, vọng cổ, nhạc cung đình,... của người Việt và âm nhạc dân gian của các dân tộc khác như **hát lượn** của người Tày, hát Sli của người Nùng, hát Khan của người Ê Đê, hát dù kê của người Khmer... Nền âm nhạc hiện đại Việt Nam từ những năm 1930 được hình thành và phát triển đến ngày nay được gọi là **tân nhạc** Việt Nam với các dòng nhạc tiền chiến, **nhạc đỏ**, **tình khúc** 1954-1975, nhạc vàng, nhạc **hải ngoại** và nhạc trẻ. Vào tháng 9 năm 2009, ba trong số hình thức âm nhạc cổ truyền Việt Nam là quan họ, ca trù, nhã nhạc cung đình Huế và Không gian văn hoá Cồng Chiêng Tây Nguyên (bao gồm cả âm nhạc Cồng Chiêng) được UNESCO **vinh danh** là **di sản văn hoá phi vật thể của nhân loại**.

Bên cạnh nền âm nhạc cổ truyền Việt Nam, còn phải kể đến các hình thức **sân khấu** cổ truyền. Múa rối nước là nghệ thuật dân gian của người nông dân làm ruộng nước ở vùng đồng bằng Bắc Bộ, thường được biểu diễn trong dịp hội hè. Múa rối nước là một nghệ thuật tổng hoà giữa các nghệ thuật **điêu khắc**, **sơn mài**, âm nhạc, **hội hoạ** và văn học. Cùng với múa rối nước là các môn nghệ thuật chèo, tuồng, cải lương góp phần làm phong phú nền sân khấu cổ truyền Việt Nam.

NHẠC MÚA TRUYỀN THỐNG HÀN QUỐC

Âm nhạc truyền thống Hàn Quốc được gọi là gugak (quốc nhạc). Nó có **nhịp** 3 khác với nhịp đôi trong nhạc của Trung Quốc và Nhật Bản. Gugak được chia thành jeonggak và minsogak. Jeonggak dành cho giai cấp quý tộc, có **giai điệu chậm rãi**, **trang trọng** và **cầu kỳ**. Minsogak là nhạc dân gian, bao gồm nông nhạc, pansori(độc tấu anh hùng ca) và nhạc nghi lễ của **pháp sư** với giai điệu nhanh và sôi nổi.

Bên cạnh đó, không thể không nhắc đến Jongmyo Jeryeak - Nhạc tế lễ Jongmyo. Đây là nhạc biểu diễn trong nghi thức thờ cúng tổ tiên của **hoàng tộc** thời Joseon ở đền Jongmyo, trung tâm Seoul. Mặc dù nghi lễ này được cử hành theo một nghi thức ngắn gọn rất nhiều so với trước, nhưng có tới 19 loại nhạc cụ cổ điển, bao gồm **chùm chuông đá**, chuông đồng, các loại trống, hoà nên âm thanh đặc biệt cho buổi lễ truyền thống.

Về múa truyền thống, có sự phân biệt giữa múa cung đình và múa dân gian. Nếu múa cung đình có những động tác chậm rãi và **uyển chuyển**, thì múa dân gian lại phản ánh cảm xúc say mê, lãng mạn, tự do và **thanh thoát** của giới bình dân. Những nghệ sỹ múa truyền thống tập trung năng lượng vào phần thân trong khi **chuyển động** tay và vai. Họ nhấn mạnh những động tác thể hiện những hiện tượng tự nhiên, chẳng hạn trong điệu Chunaejeon (điệu múa **chim sơn** ca Mùa xuân) và Hakchum (còn gọi là Hangmu - múa Hạc). Múa dân gian ở Hàn Quốc gồm cả múa nhà nông, kịch múa mặt nạ và các điệu múa của pháp sư và **tăng lữ**.

chầu văn	노래하다, 찬양하다	chậm rãi	느린, 여유있는
hát lượn	애정을 노래한 노동요	trang trọng	장중한
tân nhạc	신 음악, 근대 음악	cầu kỳ	자연스럽지 않은, 이상한
nhạc đỏ	레드음악 (베트남 전쟁 때의 음악)	độc tấu	독주하다
tình khúc	구애가, 사랑가	pháp sư	법사
hải ngoại	해외	hoàng tộc	왕족
vinh danh	영광을 얻다	chùm chuông đá	돌로 만들어진 종 묶음
di sản văn hoá phi vật thể của nhân loại	인류의 무형문화재	uyển chuyển	유연한, 나긋한
sân khấu	무대	thanh thoát	자유로운, 가벼운
điêu khắc	조각, 조소	chuyển động	이동(하다)
sơn mài	옻칠 공예품	nghệ sỹ	예술가
hội họa	회화, 그림	vai	어깨
nhịp	박자, 장단	chim sơn	꾀꼬리
giai điệu	멜로디	tăng lữ	승려

IV. LUYỆN TẬP

1. Dựa vào bài đọc, hãy trả lời các câu hỏi sau.

1) Hãy kể tên một số loại âm nhạc cổ truyền của người Việt tại Việt Nam.

2) Hình thức âm nhạc nào của Việt Nam đã được UNESCO vinh danh là văn hoá phi vật thể của nhân loại?

3) Hãy kể tên một số hình thức sân khấu cổ truyền của người Việt Nam?

4) Múa rối nước là nghệ thuật tổng hoà của các loại hình nghệ thuật nào?

5) Âm nhạc truyền thống Hàn Quốc được chia thành mấy loại? Có tên là gì?

6) Múa cung đình và múa bình dân ở Hàn Quốc khác nhau như thế nào?

2. Hãy chọn các từ ngữ thích hợp để điền vào chỗ trống trong các câu sau.

tổng hoà	giai điệu
cử hành	dân gian
cung đình	mặt nạ
cổ truyền	di sản

1) Tết nguyên đán là Tết __________ của người Việt Nam, lưu giữ rất nhiều phong tục tập quán truyền thống của dân tộc.

2) Vịnh Hạ Long và vườn quốc gia Phong Nha Kẻ Bàng đã được UNESCO công nhận là __________ thiên nhiên thế giới tại Việt Nam.

3) Phố đi bộ quanh hồ Hoàn Kiếm (Hà Nội) hiện nay tổ chức rất nhiều trò chơi __________ hấp dẫn như nhảy dây, nặn tò he, chơi ô ăn quan…

4) Chiến thắng lịch sử của quân đội nhân dân Việt Nam là kết quả của sự __________ các điều kiện tự nhiên, xã hội và con người.

5) Tôi thích nghe chèo vì __________ thường nhộn nhịp, vui tươi, và nhiều vở chèo có nội dung rất nhân văn và sâu sắc.

6) Lễ cưới ở Việt Nam có thể được   ở nhà thờ, nhà riêng, hoặc khách sạn, tùy theo phong tục của gia đình.

7) Ở Huế vẫn còn lưu giữ nhiều hiện vật từ thời các vua Nguyễn, mang đến cho khách tham quan những hiểu biết về cuộc sống   Huế.

8) Trong các lễ hội hoá trang, hầu hết những người tham gia đều mang   để che đi khuôn mặt của mình.

BÀI TẬP TỰ CHUẨN BỊ

Chọn một trong bốn chủ đề sau (hoặc lớp chia thành 4 nhóm, mỗi nhóm chuẩn bị một chủ đề):

1) Chọn giới thiệu một loại hình nghệ thuật âm nhạc hoặc sân khấu của Việt Nam.

2) Chọn giới thiệu một loại hình nghệ thuật âm nhạc hoặc múa của Hàn Quốc.

3) Sưu tầm những hình ảnh về trang phục và sân khấu biểu diễn của các loại hình âm nhạc và sân khấu Việt Nam.

4) Sưu tầm những hình ảnh về trang phục và sân khấu biểu diễn của các loại hình âm nhạc và múa của Hàn Quốc.

BÀI 16

ÔN TẬP 2

Ngọ Môn **(Hoàng thành Huế)**

BÀI TẬP

1. Chọn đáp án đúng điền vào chỗ trống.

1) Cả tôi lẫn anh ấy đều ______ ăn được nước mắm.

a. cũng b. không có thể c. không thể d. rất

2) Buổi lễ hôm nay có nhiều người đến dự quá, em không đếm ______.

a. xuể b. nổi c. được d. a, b, và c

3) Anh ấy là người tốt mà, em làm gì mà ______ thế?

a. vui b. ghét c. lâu d. thích

4) Sắp đến rằm trung thu, khắp các phố bán toàn ______.

a. phong bao lì xì b. hoa c. đèn ông sao d. bánh chưng

5) ______ thì nó thích lắm nhưng nó phát âm chưa tốt.

a. Toán b. Văn c. Ngoại ngữ d. Âm nhạc

6) Anh ấy khoẻ như voi, làm từ sáng sớm đến đêm khuya mà không biết ______ là gì?

a. đêm b. sức khoẻ c. buồn d. mệt

7) Ở Việt Nam, ______ mùa hè là hoa phượng nở, đỏ rực khắp các phố.

a. nếu b. vì c. khi d. cứ

8) Anh ấy vừa thôi việc ở công ty này   có việc ở công ty khác.

a. vừa　　b. đã　　c. mới　　d. rồi

9) Chị phải đi nhanh lên   mưa đấy.

a. nếu　　b. nếu không thì　　c. không thì　　d. b và c

10)   em ấy đã từng làm việc ở công ty này. Tôi không biết chính xác.

a. Có thể　　b. Chắc là　　c. Có lẽ　　d. b và c　　e. a, b và c

2. Dựa vào nội dung các bài đọc đã học, tìm một thông tin sai trong mỗi câu dưới đây và sửa lại thành thông tin đúng.

1) Các liền anh liền chị khi hát quan họ thường mặc áo dài truyền thống, liền anh đội khăn xếp, còn các liền chị đội nón ba tầm.

2) Hahoe là tên một ngôi làng, đồng thời là tên của một loại mặt nạ được sử dụng trong lễ cầu an tại Hàn Quốc.

3) Người Việt Nam gọi tết đầu năm âm lịch là tết Nguyên đán, ngày 30 tháng 12 âm lịch là ngày mãn niên, thời gian giao nhau giữa năm cũ và năm mới trong đêm 30 là giao thừa.

4) Không chỉ Việt Nam mà một số nước ở châu Á cũng có xe xích lô — một phương tiện giao thông hiện đại và hoàn toàn dùng sức người.

5) Văn Miếu nằm trong khu quần thể Văn Miếu — Quốc Tử Giám, là nơi thờ Khổng Tử, các bậc hiền triết của Nho giáo và vua Chu Văn An.

6) Trong lịch sử, người Việt Nam đã sử dụng chữ Hán và chữ Nôm để ghi tiếng Việt, và từ thế kỉ XX bắt đầu sử dụng chữ quốc ngữ - loại chữ sử dụng các kí tự La tinh do người Việt tạo ra.

7) Thành phố Hồ Chí Minh là thành phố có diện tích, dân số lớn nhất Việt Nam, tên gọi trước đây của thành phố là Sài Gòn.

8) Các hình thức âm nhạc cổ truyền Việt Nam được UNESCO vinh danh là di sản văn hoá phi vật thể của nhân loại bao gồm: quan họ, vọng cổ, nhã nhạc cung đình Huế.

3. Viết tiếp để hoàn thành các câu sau.

1)

em nghe không nổi.

2) Xích lô thì

3) Em đến Việt Nam vào ngày tết Nguyên đán, vì thế

4) Cứ nghe dân ca Việt Nam

5) Tôi tưởng xe xích lô rất phổ biến ở Việt Nam, thì ra

6) Anh ấy vừa đến Hội Lim đã

7) Ngày mai chúng ta đến Văn Miếu nhé, không thì

8)

chẳng vui mấy.

9) Anh ấy đi chơi mãi mà

10) Về việc đi du học của bạn, theo mình thì

11)

còn hơn nghe anh ấy hát.

12)

không thể ngồi vào đâu được.

13) Em không hề nghe nói gì về

14) -

- Thế thôi vậy, ngày mai em sẽ đi.

15) , sách khoa học này, sách giải trí này, sách tô màu cho trẻ em này…

4. Sắp xếp các từ thành câu hoàn chỉnh.

1) cả / lẫn / tôi / anh ấy / quan họ / đều / nghe / thích

2) này / hay/ phim / không/, / xem / phim / chúng mình / khác / hay là

3) anh ấy / bố / cao / , / lại / anh ấy / thấp

4) anh ấy / tháng sau / mới / Việt Nam / từ / về

5) cẩn thận / chị ấy / đếm / một / từng / tờ

5. Ghép thông tin cột A với cột B sao cho phù hợp

A	B
1. Trời mưa quá	a. không thì chúng ta đã bị phạt rồi
2. Công việc ấy vừa tốt vừa lương cao	b. hay là mình gọi taxi đi
3. Đi du lịch mà ăn ở khổ thế	c. lẽ ra em chỉ mặc ít áo thôi
4. Ông giám đốc dễ tính	d. em ở nhà còn hơn
5. Trời nóng quá	e. làm gì mà cậu chán thế

6. Điền các phó từ chỉ tần suất vào đoạn văn sau.

Hàng ngày, tôi ______ thức dậy vào lúc 6 giờ sáng. Tôi ______ ăn sáng ở nhà lúc 7 giờ, trừ khi tôi phải đi công tác sớm. Tôi thích ăn sáng ở nhà vì vợ tôi ______ nấu những món rất ngon. ______ vợ tôi đi vắng, tôi phải ăn ở ngoài. Tôi ______ ăn sáng ở công ty, vì tôi ______ đến công ty đúng giờ làm việc. Buổi chiều, ______ tôi đón con vì tôi kết thúc công việc muộn. Nhưng ______ tôi đón con, và con tôi rất vui khi nhìn thấy bố. Chúng tôi ______ nói chuyện về các hoạt động trên lớp của con, và kế hoạch của hai bố con vào cuối tuần. Nhưng nó ______ kể cho tôi nghe về tình cảm bạn bè của nó. Chắc là nó tin tưởng mẹ nó hơn.

7. Chọn một câu sai trong các câu dưới đây.

1) a. Tôi không thích cả mùa hè lẫn mùa xuân.
   b. Cả mùa hè và mùa xuân đều là những mùa tôi không thích.
   c. Tôi không thích không những mùa hè mà còn mùa xuân.
   d. Tôi vừa không thích mùa hè vừa không thích mùa xuân.

2) a. Bài học khó quá, em hiểu không nổi.
   b. Bài học khó đến mức em không hiểu.
   c. Bài học dài quá em không học xuể.
   d. Bài học khó quá em không làm xuể.

3) a. Cứ mùa xuân là trời lại mưa phùn và độ ẩm rất cao.
   b. Cứ mưa phùn là độ ẩm cao và mùa xuân.
   c. Cứ mưa phùn và độ ẩm cao là mùa xuân đến.
   d. Cứ mùa xuân và mưa phùn là độ ẩm cao.

4) a. Anh ấy nhận được khoản tiền lớn.
   b. Anh ấy rơi mất khoản tiền lớn.
   c. Anh ấy thu được khoản tiền lớn.
   d. Anh ấy kiếm mất khoản tiền lớn.

5) a. Vợ vừa đi vắng anh ấy đã rủ bạn bè đi chơi.
   b. Cứ vợ đi vắng là anh ấy rủ bạn bè đi chơi.
   c. Cứ vợ ở nhà là anh ấy không biết đi chơi là gì.
   d. Vợ vừa đi vắng anh ấy toàn đã rủ bạn bè đi chơi.

8. Dựa vào bài hội thoại sau, thực hiện những hội thoại tương tự với các chủ đề gợi ý (thay thế thông tin ở những phần gạch chân)

A: Tết cổ truyền của người Việt Nam vui quá.

B: Ừ, tết cổ truyền là ngày tết đầu năm âm lịch, và có những phong tục rất hay.

A: Phong tục gì thế? Mình chưa biết.

B: À, vào ngày tết , mọi người thường đi chúc tết nhau. Người lớn thường lì xì cho trẻ em và người già, tượng trưng cho sự may mắn.

A: Ở Hàn Quốc cũng thế. Vào ngày tết, người Việt Nam ăn gì?

B: Người Việt ăn bánh chưng, dưa hành. Ngoài ra còn có canh măng, thịt đông, mứt tết…

A: Chỉ nghe thôi mà đã thấy ngon rồi.

CHỦ ĐỀ GỢI Ý

1. Tết trung thu:
   - ngày 15 tháng 8 âm lịch
   - bày mâm ngũ quả, trẻ em rước đèn ông sao, phá cỗ trông trăng
   - bánh nướng, bánh dẻo
   - các loại quả mùa thu (bưởi, hồng…)

2. Tết hàn thực:
   - ngày mùng 3 tháng 3 âm lịch
   - làm bánh trôi, bánh chay và thắp hương.
   - bánh trôi, bánh chay
   - xôi chè

연습문제답안

Vườn quốc gia Phong Nha-Kẻ Bàng

Bài 1. ĐỊA LÍ VIỆT NAM

Phần 1. Ngữ Pháp

1. Sử dụng "hơn cả" để viết lại các câu sau đây:

1) Trong gia đình, mẹ là người yêu thương em hơn cả.
2) Mặc dù khó khăn nhưng anh ấy là người cố gắng nhiều hơn cả để đạt được thành công.
3) Em nghĩ anh nên chọn cái áo này vì nó đẹp hơn cả.
4) Tôi nghĩ trong số các món ăn Việt Nam thì bún chả là ngon hơn cả.
5) Anh có biết cái xe nào dễ đi hơn cả(nhất) không?

2. Sử dụng "hết sức" hoặc "hơn cả" để điền vào chỗ trống

1) hết sức
2) hết sức
3) hơn cả
4) hơn cả
5) hết sức

3. Dùng cấu trúc "tính từ + số từ + sau" để viết lại các câu sau theo mẫu.

1) Trong gia đình em, anh trai em cao thứ hai sau bố em.
2) Trong triển lãm tranh này, tôi nghĩ tranh của em đẹp thứ hai sau tranh của cô ấy.
3) Putaleng là ngọn núi cao thứ hai ở Việt Nam sau Fansipan.
4) Ở Việt Nam, thành phố Hà Nội đông dân thứ hai sau thành phố Hồ Chí Minh.
5) Ở Hà Nội, hồ Gươm lớn thứ hai sau hồ Tây.

Phần 2. Đọc Hiểu

1. Dựa vào bài đọc 1, hãy trả lời các câu hỏi sau.

1) Việt Nam có vị trí địa lý như thế nào?

Nước Việt Nam nằm ở phía đông bán đảo Đông Dương, có hình chữ S, phía bắc giáp Trung Quốc, phía tây giáp Lào và Campuchia, phía đông và phía nam giáp với biển Đông.

2) **Diện tích và dân số của Việt Nam** là bao nhiêu?

Việt Nam có **diện tích 329.315 km^2** (ki-lô-mét vuông) và **dân số khoảng 90.5 triệu người**.

3) Vì sao nói "địa hình Việt Nam rất đa dạng"?

Vì địa hình Việt Nam bao gồm nhiều các kiểu địa hình khác nhau như miền núi, cao nguyên, trung du, và đồng bằng.

4) Đồng bằng Bắc Bộ do phù sa những con sông nào tạo nên?

Đồng bằng Bắc Bộ do phù sa sông Hồng và sông Thái Bình tạo nên.

5) Dải đồng bằng ven biển miền Trung còn có tên gọi khác là gì?

Đồng bằng duyên hải miền Trung.

2. Hãy chọn các từ ngữ thích hợp để điền vào chỗ trống trong các câu sau.

1) diện tích — 2) cao nguyên

3) phù sa — 4) chảy

5) dọc — 6) trung du

3. Dựa vào bài đọc 2, hãy trả lời các câu hỏi sau.

1) Hãy nêu vị trí địa lý của bán đảo Triều Tiên.

Bán đảo Triều Tiên trải dài 1.100 km từ bắc đến nam, nằm ở phần đông bắc của lục địa châu Á. Phía bắc bán đảo giáp với Trung Quốc và Nga, phía đông là biển Đông, xa hơn về phía đông là Nhật Bản.

2) Địa hình của Hàn Quốc có đặc điểm gì?

Địa hình Hàn Quốc có dãy Taebaeksan chạy suốt chiều dài bờ biển phía đông. Sườn phía Tây và Nam bán đảo bằng phẳng hơn với những vùng đồng bằng và đảo ngoài khơi tạo thành những vịnh nhỏ.

3) Địa hình Hàn Quốc phân hoá thành mấy vùng? Đó là những vùng nào?

Địa hình Hàn Quốc phân hoá thành hai vùng rõ rệt: vùng rừng núi chiếm khoảng 70% ở phía Đông, và vùng đồng bằng duyên hải ở phía Tây và phía Nam.

4) Có phải bãi bồi ven biển Saemangeum lớn nhất thế giới không?

Không phải.

5) Bạn hãy giới thiệu về ngọn núi Baekdusan

Núi Baekdusan, ngọn núi cao nhất nằm ở miền bắc bán đảo Triều Tiên là ngọn núi lửa đã ngừng hoạt động. Ngọn núi này được coi là biểu tượng của tinh thần Hàn Quốc và được nhắc đến trong bài quốc ca.

Bài 2. HÀ NỘI

Phần 1. Ngữ Pháp

1. Điền các / những vào chỗ trống.

1) các / các
2) những
3) các
4) các
5) những
6) các

2. Điền cả / tất cả vào chỗ trống.

1) cả
2) tất cả
3) cả
4) cả
5) tất cả

3. Viết tiếp các câu sau (học sinh tự làm).

4. Dùng "lại" để hoàn thành hội thoại.

1) A: A lô, chị làm ơn cho tôi gặp anh Nam ạ.
   B: Anh Nam không có ở đây, **chị gọi lại sau nhé.**
2) A: Các em nhớ làm bài tập số 3 và số 5 nhé.
   B: Bài mấy ạ? Em nghe chưa rõ, **cô nói lại được không ạ?**
3) A: Hà Nội đẹp quá, em rất muốn ở lại Hà Nội nhưng hôm nay em phải về nước.
   B: Thế thì **em quay lại sớm nhé**.
4) A: Truyện này hay quá. Anh đã đọc chưa?
   B: Anh đã đọc rất lâu rồi. Có lẽ anh sẽ **đọc lại.**

5) A: Chữ anh xấu quá, em không đọc được.

B: Thế à? Anh sẽ **viết lại**.

5. Dùng "sau/sau khi" để điền vào chỗ trống.

1) sau

2) sau khi

3) sau khi

4) sau

5) sau khi

Phần 2. Đọc Hiểu

1. Dựa vào bài đọc, hãy trả lời các câu hỏi sau.

1) **Hà Nội được xây dựng** khi nào? **Khi ấy thành phố tên** là gì?

Hà Nội được xây dựng **vào đầu thế kỉ XI**. Khi ấy thành phố tên **là Thăng Long**.

2) Điểm nào được coi là trung tâm Hà Nội?

Hồ Gươm.

3) Vì sao Hà Nội còn được gọi là trung tâm giáo dục của cả nước?

Vì có rất nhiều trường đại học.

4) Seoul có những cung điện nào?

Seoul có những cung điện như Gyeongbokgung, Deoksungung, Changdeokgung và Changgyeonggung.

5) Phố cổ ở Seoul có tên là gì?

Phố cổ Insa-dong.

2. Hãy chọn các từ ngữ thích hợp để điền vào chỗ trống trong các câu sau.

1) kinh đô
2) cách mạng
3) di tích
4) triều đại
5) tàn phá
6) cổ kính

Bài 3. ÁO DÀI VIỆT NAM

Phần 1. Ngữ Pháp

1. Chuyển các câu sau sang câu bị động.

1) Anh ấy được mọi người khen vì hát rất hay.
2) Anh ấy bị giám đốc chê vì làm việc chậm.
3) Một số sinh viên bị cô giáo phê bình vì không làm bài tập.
4) Hiện nay, áo dài được thiết kế theo nhiều phong cách khác nhau.
5) (Trước đây áo dài rộng). Bây giờ áo dài được may hẹp hơn, bó sát vào người.

2. Điền bị / được vào chỗ trống.

1) được
2) bị
3) được
4) được
5) bị

3. Sử dụng "cho rằng, cho là" để hoàn thành hội thoại (học sinh tự làm).

4. Chọn một câu đúng trong các câu sau.

2) Khác với ở Hàn Quốc, tết trung thu ở Việt Nam là tết dành cho thiếu nhi mà thôi.

Phần 2. Đọc Hiểu

1. Dựa vào bài đọc, hãy trả lời các câu hỏi sau.

1) Có những giả thiết nào về **thời điểm xuất hiện của áo dài**?

Nhiều người dự đoán, **áo dài xuất hiện cách đây khoảng 3 thế kỉ**. Cũng có người cho rằng, tiền thân của áo dài là chiếc áo tứ thân, xuất hiện vào đầu thế kỉ XX ở phía Bắc.

2) **Áo tứ thân có cấu tạo như thế nào**?

Áo tứ thân có 2 vạt trước và 2 vạt sau. 2 vạt sau được khâu lại với nhau. 2 vạt trước tách riêng.

3) Hình dáng chiếc áo dài đã thay đổi như thế nào qua các thời kì phát triển?

Có thời kì, áo dài suông thẳng, rộng rãi. Có thời kì, áo dài chiết eo để tôn lên vóc dáng của người phụ nữ. Ngày nay, chiếc áo dài truyền thống có cổ áo cao từ 2 đến 3 cm, phần thân áo ôm sát cơ thể người phụ nữ. Từ eo, thân áo dài được xẻ làm hai tà: tà trước và tà sau.

4) Áo dài cách tân là gì?

Áo dài cách tân là áo dài được thiết kế với nhiều kiểu khác nhau, mới mẻ hơn, đa dạng hơn.

5) Hanbok của phụ nữ gồm có các bộ phận nào?

Hanbok của phụ nữ gồm chiếc áo ngắn Jeogori và chiếc váy xòe rộng.

6) Hanbok của đàn ông gồm có các bộ phận nào?

Hanbok của đàn ông gồm có áo Jeogori trùm bụng và quần ống rộng.

7) Người Hàn Quốc thường mặc Hanbok trong những dịp nào?

Người Hàn Quốc thường mặc Hanbok trong các dịp trọng đại như ngày Tết hoặc đám cưới.

2. Hãy chọn các từ ngữ thích hợp để điền vào chỗ trống trong các câu sau.

1) biểu tượng

2) tiền thân

3) vạt áo

4) nón quai thao

5) thắt chặt

6) bái tạ

Bài 4. ĐÁM CƯỚI CỦA NGƯỜI VIỆT

Phần 1. Ngữ Pháp

1. Ghép cột A với cột B và viết thành câu, sử dụng "hơn nữa."

1) Chị ấy khó tính, hơn nữa chị ấy còn keo kiệt.
2) Cái nhà ấy đẹp quá, hơn nữa, giá rất rẻ.
3) Mùa đông rất khó chịu vì trời lạnh quá, hơn nữa còn hay mưa tuyết.
4) Bài kiểm tra ấy khó, hơn nữa còn rất dài.
5) Hôm nay tôi thấy hơi chóng mặt, hơn nữa còn đau đầu và rất mệt.

2. Sử dụng "chẳng hạn như" để viết tiếp các câu sau (học sinh tự viết).

3. Dùng từ "chứ" để phủ định ý kiến của người đối thoại, và khẳng định ý kiến của mình (học sinh tự viết).

4. Ghép từ thành câu.

1) Chẳng lẽ chị không tham dự đám cưới của anh ấy hay sao?
2) Chẳng lẽ tiệc cưới đã kết thúc rồi à?
3) Chẳng lẽ anh ấy đã li hôn rồi hay sao?
4) Chẳng lẽ em không được mời đến dự đám cưới của bạn ấy à?
5) Chẳng lẽ tôi không thể sống độc thân hay sao?

Phần 2. Đọc Hiểu

1. Em hãy giải thích các từ trong bài đọc.

1) Giờ hoàng đạo: giờ tốt.

2) Đưa dâu: tiễn cô dâu về nhà chồng.

3) Đón dâu: nhà trai đến nhà gái rước cô dâu về.

4) Xe hoa: xe chở cô dâu và chú rể trong ngày cưới.

5) Tiệc mặn: bữa ăn có cơm và các món thịt cá.

6) Tiệc ngọt: là tiệc chỉ ăn các món ngọt như bánh, kẹo···

2. Dựa vào bài đọc, hãy trả lời các câu hỏi sau.

1) **Trước lễ cưới chính thức ở Việt Nam, thường có** những nghi thức nào?

Trước lễ cưới có hai nghi thức: **chạm ngõ và ăn hỏi**.

2) Việc nhà trai mang lễ vật tới nhà gái và nhà gái nhận lễ vật của nhà trai trong lễ ăn hỏi tượng trưng cho điều gì?

Tức là chính thức gả con gái cho nhà trai.

3) **Khách dự tiệc cưới ở Việt Nam thường mừng cưới bằng** gì?

Bằng **tiền để trong phong bì kèm theo những lời chúc hạnh phúc**.

4) Trước lễ cưới ở Hàn Quốc, nhà trai phải thực hiện nghi thức gì với nhà gái?

Trước lễ cưới ở Hàn Quốc, gia đình nhà trai thường gửi một cái hộp (Ham) đựng quà tặng hay còn gọi là lễ vật (Yemul) cho cô dâu.

5) Con chim nhạn mà chú rể mang đến nhà gái trong ngày cưới Hàn Quốc mang ý nghĩa gì?

Con chim nhạn có ý nghĩa chúc phúc cho chú rể và cô dâu cùng yêu thương kính trọng nhau và không bao giờ chia lìa giống như những con chim nhạn.

6) Trong đám cưới truyền thống của người Hàn Quốc, thường có những trò chơi dân gian gì?

Trong đám cưới truyền thống của người Hàn Quốc, thường có những trò chơi dân gian như đu dây, bập bênh, nhào lộn, múa hát···

2. Hãy chọn các từ ngữ thích hợp để điền vào chỗ trống trong các câu sau.

1) phong tục

2) nghi thức

3) gả

4) giờ hoàng đạo

5) chúc phúc

6) chia lìa

7) thề nguyền

8) đơn giản hóa

Bài 5. NHÀ Ở CỦA NGƯỜI VIỆT XƯA

Phần 1. Ngữ Pháp

1. Chọn "những" hoặc "có" để điền vào chỗ trống.

1) có

2) những

3) có

4) có

5) những

2. Sử dụng "làm sao mà" để chuyển những câu sau sang phủ định.

1) Món ăn này làm sao mà dở được.

2) Em ấy làm sao mà đi chơi vào ngày mai được.

3) Chị ấy làm sao mà kết hôn với anh ấy được.

4) Bạn ấy làm sao mà được điểm cao nhất lớp được.

5) Đám cưới của người Việt Nam làm sao mà đơn giản và nhanh chóng được.

3. Sử dụng "làm gì" để đáp lại câu nói của người đối thoại.

1) Anh mua điện thoại cho em làm gì?

2) Mẹ mua thêm thức ăn làm gì (Ăn thức ăn trong tủ lạnh là đủ)?

3) Anh bảo cô ấy làm gì (Kệ cô ấy)?

4) Em mang quà sang làm gì?

5) Bố mua xe đạp mới làm gì?

4. Sử dụng "đã" ở cuối câu để đáp lại câu nói của người đối thoại.

1) B: Anh phải kiếm tiền đã.

2) B: Anh phải có sự nghiệp đã.

3) B: Bàn kế hoạch chụp ảnh cưới trước đã.

4) B: Đi du lịch Việt Nam trước đã.

5) B: Để anh xem lại lịch đã.

5. Sử dụng "chẳng lẽ" để hoàn thiện các câu sau (học sinh tự viết).

6. Điền "là ít, còn gì, đã" vào chỗ trống.

1) là ít

2) còn gì

3) đã

4) là ít

5) còn gì

Phần 2. Đọc Hiểu

1. Dưa vào bài đọc, hãy trả lời các câu hỏi sau.

1) Ở Việt Nam, sự khác biệt giữa "**gia đình hạt nhân**" và "**gia đình hạt nhân mở rộng**" là gì?

- Gia đình hạt nhân chỉ **gồm hai thế hệ: vợ chồng và con cái**.
- Gia đình hạt nhân mở rộng, **bao gồm hơn hai thế hệ, ngoài vợ chồng và con cái còn có thể có cả bố mẹ già và các anh em chưa lập gia đình của người chồng**, thường là con trai trưởng (ở miền Bắc và Trung) hay con trai út (ở miền Nam).

2) Người Việt Nam thường xếp đặt chỗ ở và sinh hoạt như thế nào trong một căn nhà truyền thống?

Trong nhà, gian giữa luôn được dành riêng để bày bàn thờ gia tiên. Trước bàn thờ thường kê bộ bàn ghế để tiếp khách. Hai gian bên cạnh kê phản cho đàn ông, con trai trong gia đình nằm nghỉ ngơi hoặc ngủ. Các gian chái (có thể che thành buồng kín) là nơi dành riêng cho đàn bà con gái, cũng là nơi để thóc lúa, của cải...

3) Nhà truyền thống Hàn Quốc có mấy loại?

Nhà ở truyền thống của Hàn Quốc có bốn loại là nhà mái ngói, nhà rơm, nhà mái lợp bằng gỗ thông và gỗ sồi.

4) Người Hàn Quốc thường xếp đặt chỗ ở và sinh hoạt như thế nào trong một căn nhà của tầng lớp quý tộc?

Nhà của tầng lớp quý tộc bên trong thường có đền thờ tổ tiên, và tách riêng khu sinh hoạt của nam và nữ.

5) Vì sao nói đặc trưng nhà ở của Hàn Quốc là hệ thống sưởi Ondol và mái hiên Maru?

Vì nhờ có hệ thống sưởi nền nhà Ondol nên ngay cả trong mùa đông lạnh, người ta vẫn có thể mặc áo mỏng đi lại trong nhà và vào mùa hè, có thể nằm ngủ ngay tại hiên nhà (Maru) để hưởng gió mát.

2. Hãy chọn các từ ngữ thích hợp để điền vào chỗ trống trong các câu sau.

1) vật liệu tự nhiên　　2) dốc

3) dột　　4) nền nhà

5) cổ truyền

6) dòng họ

7) gia đình hạt nhân

8) kê

9) che

Bài 6. THỨC ĂN VIỆT NAM

Phần 1. Ngữ Pháp

1. Sử dụng "chưa bao giờ" để trả lời các câu hỏi sau.

1) Tôi chưa bao giờ mặc thử áo dài.
2) Tôi chưa bao giờ ăn nước mắm của Việt Nam.
3) Tôi chưa bao giờ ăn món ăn của miền Nam Việt Nam.
4) Tôi chưa bao giờ đi du lịch Đà Nẵng.
5) Em chưa bao giờ nói tiếng Việt với người Việt Nam.

2. Hoàn thành các câu sau, sử dụng "không thể thiếu được trong" (học sinh tự viết).

3. Sử dụng "chứ không" để hoàn thành các câu sau theo mẫu.

1) Chị ấy muốn đi bộ chứ không muốn đi ô tô.
2) Tôi thích đi du lịch biển chứ không thích đi du lịch núi.
3) Tôi thấy mùa xuân đẹp chứ không thấy mùa đông đẹp.
4) Chị ấy học giỏi tiếng Việt chứ không học giỏi tiếng Anh.
5) Anh ấy hát hay chứ không đánh đàn giỏi.

4. Sử dụng "ngoài...ra" để viết lại các câu sau.

1) Ngoài tiếng Việt ra, anh ấy không biết nói tiếng nào nữa.
2) Ngoài phở ra, tôi cũng nấu được bún thang nữa.
3) Ngoài bằng đại học về quản trị kinh doanh ra, anh ấy còn có bằng đại học về công nghệ thông tin nữa.
4) Ngoài nấu ăn ngon ra, mẹ tôi còn may quần áo rất đẹp nữa.

5) Ngoài sợ lạnh ra, chị ấy còn sợ nóng nữa.

5. Chọn một câu sai trong các câu sau đây.

3) Chị ấy già tuổi bằng anh ấy.

Phần 2. Đọc Hiểu

1. Dựa vào bài đọc, hãy trả lời các câu hỏi sau.

1) Vì sao có thể nói truyền thống văn hoá của người Việt Nam trong việc ăn uống là truyền thống văn hoá nông nghiệp lúa nước?

Vì trong bữa cơm truyền thống luôn có cơm.

2) Loại rau nào phổ biến nhất ở nông thôn Việt Nam?

Rau muống.

3) Tại sao **nước mắm không thể thiếu được trong bữa cơm của người Việt Nam**?

Vì bát nước mắm thể hiện tinh thần cộng đồng của người Việt.

4) Sự khác nhau của ẩm thực ba miền như thế nào?

Ẩm thực miền Bắc thường thanh, không đậm vị cay, béo, ngọt bằng các vùng khác. Ẩm thực miền Nam thường cay, béo và nhiều ngọt, hay sử dụng sữa dừa. Ẩm thực miền Trung sử dụng cay nhiều nhất, thức ăn ngọt nhưng không ngọt bằng miền Nam.

5) Bạn hãy kể tên ba thứ gia vị được tạo thành từ quá trình lên men mà góp phần làm nên các món ăn ngon của Hàn Quốc.

Đó là nước tương (ganjang), đậu tương (doenjang) và tương ớt (gochujang).

2. Hãy chọn các từ ngữ thích hợp để điền vào chỗ trống trong các câu sau.

1) lúa nước

2) đặc sản

3) nước nhiệt đới

4) ẩm thực

5) nghiện

6) gắn kết

7) hương vị

8) thưởng thức

9) cộng đồng

10) dinh dưỡng

Bài 7. HỆ THỐNG GIÁO DỤC Ở VIỆT NAM

Phần 1. Ngữ Pháp

1. Sử dụng từ "lên" (kết hợp với từ khác) để viết lại các câu sau.

1) Năm nay con tôi sẽ lên lớp 4.

2) Cô giáo bắt đầu lên lớp rồi.

3) Em phải đi nhanh vì sợ lên lớp muộn.

4) Em bé năm nay sẽ lên 2 tuổi.

5) Chị ấy không biết gì mà luôn thích lên lớp tôi.

2. Sử dụng "muốn...(thì) phải" để ghép cột A với cột B.

1- e) Muốn lấy bằng tiến sĩ ở Việt Nam thì phải hoàn thành chương trình học nghiên cứu sinh và bảo vệ thành công luận án.

2-a) Muốn nấu ăn ngon thì phải chọn được nguyên liệu tốt.

3-d) Muốn học trường đại học nào ở Việt Nam thì phải nộp hồ sơ xét tuyển vào trường đại học ấy.

4-c) Muốn làm phở bò Việt Nam thì phải có xương bò, thịt bò, và bánh phở.

5-b) Muốn nói ngoại ngữ tốt thì phải không được sợ sai.

3. Sử dụng "chắc là" để viết tiếp các câu sau (học sinh tự viết).

4. Sử dụng cấu trúc "từ nghi vấn + cũng" để viết lại các câu dưới đây.

1) Ngày nào tôi cũng đi học đúng giờ.

2) Ở đây ai cũng biết tôi.

3) Học sinh nào cũng phải đi học đúng giờ.

4) Món ăn nào của Việt Nam tôi cũng thích.

5) Nơi du lịch nào của Hàn Quốc cũng đẹp.

Phần 2. Đọc Hiểu

1. Dưa vào bài đọc, hãy trả lời các câu hỏi sau.

1) **Hệ thống giáo dục ở Việt Nam chia thành** những bậc nào?
Hệ thống giáo dục ở Việt Nam hiện nay được chia thành **các bậc học: giáo dục mầm non** (nhà trẻ và mẫu giáo), **giáo dục phổ thông** (tiểu học, trung học cơ sở, trung học phổ thông), **giáo dục đại học** (trung cấp, cao đẳng, đại học) **và giáo dục sau đại học** (thạc sĩ, tiến sĩ).

2) Khi nào thì học sinh có thể vào học ở các trường trung cấp chuyên nghiệp hoặc dạy nghề?
Sau khi học xong lớp 9.

3) Sau khi tốt nghiệp cao học, người học được cấp bằng gì? Sau khi bảo vệ thành công luận án tốt nghiệp, nghiên cứu sinh được cấp bằng gì?
Sau khi tốt nghiệp cao học, người học được cấp bằng Thạc sĩ. Sau khi bảo vệ thành công luận án tốt nghiệp, nghiên cứu sinh được cấp bằng Tiến sĩ

4) Chế độ giáo dục của Hàn Quốc về cơ bản được chia thành các hình thức nào?
Hệ chính quy (công lập), hệ không chính quy (dân lập), giáo dục đặc biệt, chương trình giáo dục cho người lớn tuổi···

5) Giáo dục đào tạo bậc đại học của Hàn Quốc được phân chia

như thế nào?

Đại học có đại học tổng hợp (university) quy chế 4 năm và cao đẳng quy chế 2-3 năm.

6) Xu hướng hình thức đào tạo bậc đại học ở Hàn Quốc gần đây thay đổi như thế nào? Có những hình thức đào tạo gì?

Gần đây, nhu cầu học đại học của người dân ngày càng tăng cao. Có hình thức giáo dục suốt đời và giáo dục đại học ảo (cyber).

Bài 2. Tìm từ ngữ thích hợp và điền vào chỗ trống trong những câu sau.

1) bảo vệ
2) hệ thống
3) thay đổi
4) trường chuyên
5) môn thi
6) chuyên ngành
7) thi tuyển
8) nguyện vọng

Bài 8. ÔN TẬP

Bài tập 1. Chọn câu đúng trong các câu dưới đây.

1) a. Trong các sinh viên ở đây, những em nào chưa làm bài tập?
2) b. Tôi vừa thích tiếng Anh vừa thích tiếng Việt.
3) c. Anh ấy sẽ đi làm sau khi ăn cơm xong.
4) a. Chị ấy làm việc ở công ty này những 5 năm rồi, khó ai có thể thay thế được vị trí của chị ấy.
5) c. Bố tôi cao nhất.

Bài tập 2. Chọn một từ đúng để điền vào chỗ trống.

1) d. b và c
2) d. a và c
3) b. được
4) c. thiếu
5) d. a và b

Bài 3. Dùng các từ "có / những" hoặc "chưa bao giờ" để viết câu trả lời cho các câu hỏi sau.(Học sinh tự trả lời.)

Bài 4. Tìm lỗi sai (về ngữ pháp hoặc nghĩa) trong các câu sau đây và đề xuất cách sửa.

1) D – rồi / sau đó
2) B – nên
3) D – hay sao
4) B – chỉ
5) B – nghèo / khó khăn

Bài 5. Sắp xếp các từ thành câu hoàn chỉnh.

1) Con của tôi năm nay lên lớp bốn.
2) Tôi muốn ăn phở/bún chả chứ không muốn ăn bún chả/phở.
3) Ngoài biết nấu món Việt Nam/Hàn Quốc cô ấy còn biết nấu món Hàn Quốc/Việt Nam nữa.
4) Tôi chưa gặp chị ấy bao giờ / Tôi chưa bao giờ gặp chị ấy.
5) Tôi nghĩ em ấy vui nhưng thực ra em ấy rất buồn.

Bài 6. Viết tiếp các câu sau (học sinh tự viết).

Bài 7. Ghép hai cột sao cho phù hợp với nhau về ý nghĩa.

1–d

2–e

3–a

4–b

5–c

Bài 8. Xem hai bản đồ du lịch dưới đây, lập một hành trình du lịch cùng bạn bè đi qua một số điểm du lịch từ Bắc vào Nam của Việt Nam hoặc Hàn Quốc. Giới thiệu hành trình du lịch đó và các nét đặc sắc (ẩm thực, phong cảnh hoặc văn hoá) ở mỗi nơi đi qua. (Học sinh tự trả lời.)

Bài 9. LỄ HỘI VIỆT NAM

Phần 1. Ngữ Pháp

1. Viết câu theo mẫu.

1) Trời tối quá. Hay là trời sắp mưa?
2) Nhìn chị mệt quá. Hay là chị về trước?
3) Bài tập khó quá. Hay là chúng mình hỏi cô giáo?
4) Dân ca quan họ hay quá. Hay là em học hát mấy bài?
5) Việt Nam có nhiều lễ hội quá. Hay là chúng ta đi tham dự thử một lễ hội?

2. Sử dụng "cả...và" hoặc "cả....lẫn" viết lại các câu sau.

1) Cả tôi lẫn anh ấy đều đã từng đi dự hội Lim.
2) Festival múa mặt nạ Andong thu hút cả khách trong nước lẫn khách quốc tế đến xem.
3) Chị ấy hát được cả dân ca quan họ và cải lương.
4) Cả mùa thu lẫn mùa xuân Hàn Quốc đều đẹp.
5) Cả chị ấy và anh ấy đều đã đi Việt Nam rồi.

3. Điền "không xuể" hoặc "không nổi" vào các câu sau.

1) không nổi
2) không xuể
3) không nổi
4) không nổi
5) không xuể

4. Chọn một câu sai trong các câu dưới đây.

1) Cả chị ấy và anh ấy cũng đi được xe máy.

5. Sắp xếp các từ thành câu.

1) Cô giáo đã phạt cả anh ấy lẫn chị ấy.

2) Bạn ấy đang tìm quyển sách mà tìm không nổi.

3) Hay là ngày mai chị đi chơi với chúng em nhé.

4) Cô giáo cho nhiều bài tập quá tôi làm không xuể.

5) Hôm qua em đã đi Hội Lim cùng với bạn em đấy.

Phần 2. Đọc Hiểu

1. Dưa vào bài đọc, hãy trả lời các câu hỏi sau.

1) **Hội Lim được tổ chức vào** ngày nào và ở đâu?

   Hội Lim được tổ chức vào **ngày 13 tháng Giêng âm lịch hàng năm ở** đồi Lim, xã Lũng Giang, huyện Tiên Sơn, **thành phố Bắc Ninh.**

2) Ở hội Lim có những cuộc vui gì?

   Đu quay, đấu vật, đánh cờ người, bơi thuyền, thi thổi xôi, thi hát quan họ v.v...

3) Cái gì được coi là **nét đặc sắc của hội Lim**?

   Nét đặc sắc của hội Lim **chính là những bài hát dân ca quan họ Bắc Ninh của các liền anh liền chị vùng Kinh Bắc.**

4) Những người hát quan họ mặc như thế nào?

   Các liền anh mặc áo the, đội khăn xếp, còn các liền chị mặc áo tứ thân, đội nón ba tầm...

5) Andong là địa điểm tiêu biểu cho nét văn hoá nào?

Andong là địa điểm tiêu biểu lưu giữ nét văn hoá quý tộc xưa cũng như nét văn hoá thuộc tầng lớp trí thức Hàn Quốc.

6) Hãy miêu tả sơ qua về làng Hahoe.

Hahoe là tên của ngôi làng, có nghĩa là dòng sông bao bọc và che chở cho ngôi làng. Trước làng là dòng sông Nakdong hiền hoà, với cánh rừng thông rập rạm tạo nên khung cảnh đẹp tuyệt vời.

7) Mặt nạ được sử dụng trong trường hợp nào?

Mặt nạ được sử dụng để nhảy múa làm vui lòng các thần linh trong lễ cầu thần.

8) Hãy miêu tả khái quát về lễ cầu thần.

Lễ cầu thần là lễ cầu xin vị thần hộ mệnh của làng phù hộ cho làng bình yên và có một năm mùa màng thuận lợi.

Bài 2. Tìm từ ngữ thích hợp và điền vào chỗ trống trong những câu sau.

1) lân cận	2) áo tứ thân
3) khăn xếp	4) thắng thua
5) thổi xôi	6) trải nghiệm
7) độc đáo	8) đu quay

Bài 10. TẾT NGUYÊN ĐÁN

Phần 1. Ngữ Pháp

1. Ghép cột A và cột B, dùng cấu trúc "làm gì mà…thế" để viết câu theo mẫu.

1-d) Chị ấy làm gì mà cái gì cũng không biết thế.

2-a) Ô tô của em làm gì mà hỏng suốt ngày thế.

3-e) Bộ phim này làm gì mà dài lê thê thế.

4-b) Quyển sách ấy làm gì mà khó đọc thế.

5-c) Chợ Tết làm gì mà đông người thế.

2. Sử dụng cấu trúc "toàn A là A" để viết lại các câu sau theo mẫu.

1) Đến Việt Nam vào ngày tết, ở đâu cũng toàn bánh chưng là bánh chưng.

2) Ở cổng trường học giờ tan trường toàn áo dài là áo dài.

3) Hôm nay chị ấy mời khách, toàn người nước ngoài là người nước ngoài.

4) Kết quả thi học kì của bạn ấy toàn A^+ là A^+.

5) Tuần trước em đi du lịch Việt Nam về, mua toàn cà phê là cà phê.

3. Sử dụng "toàn+động từ" để viết lại các câu sau theo mẫu.

1) Em toàn không đi ăn ở ngoài hàng vì các hàng quán hay bán đắt lắm.

2) Mùa hè, gia đình em toàn đi du lịch biển.

3) Làm sao mà mẹ toàn mắng con thế?

4) Mỗi khi đi đâu anh ấy toàn mua quà về cho gia đình.

5) Em toàn bỏ bữa sáng vì đi học muộn.

4. Sử dụng cấu trúc "chủ đề + chủ ngữ + vị ngữ" để viết lại các câu sau theo mẫu.

1) Trẻ con thì người lớn thường mừng tuổi vào ngày Tết.

2) Những quyển sách khoa học thì anh ấy thường hay đọc.

3) Hoa thì ông ấy chưa bao giờ tặng cho ai.

4) Máy tính thì anh ấy toàn làm hỏng.

5) Quần áo thì em thường mang ra tiệm giặt là.

5. Điền từ cho trước vào chỗ trống.

1) nói dối
2) học
3) ngủ
4) đi chơi
5) lãng mạn

6. Viết tiếp các câu sau (học sinh tự viết).

Phần 2. Đọc Hiểu

1. Dưa vào bài đọc, hãy trả lời các câu hỏi sau.

1) Tết Nguyên Đán là ngày tết theo dương lịch hay âm lịch?

Âm lịch.

2) **Ngày 30 tháng 12 âm lịch được gọi là** ngày gì?

Ngày tất niên.

3) Em hãy kể tên một số **món ăn ngày tết của Việt Nam**?

Bánh chưng, dưa hành, canh măng, giò...

4) Thời gian giao nhau giữa năm cũ và năm mới trong đêm 30 được gọi là gì?

Giao thừa.

5) Trong ngày tết, người Việt Nam kiêng làm gì?

Trong ngày tết, người Việt Nam kiêng nói những chuyện buồn, kiêng cãi nhau.

6) Vì sao người Việt Nam rất kén chọn người xông nhà?

Vì người xông nhà là người quyết định sự may mắn cho cả gia đình trong năm mới.

7) Trong đêm giao thừa, người Hàn Quốc thường làm những việc gì theo truyền thống?

Trong đêm giao thừa, người Hàn Quốc thường đốt các thanh tre trong nhà để xua đuổi tà ma.

8) Ý nghĩa của việc treo Bokjori trong ngày tết là gì?

Ý nghĩa của việc treo Bokjori trong ngày tết là mong muốn nhận được phúc lộc quanh năm.

9) Món ăn nào là phổ biến nhất trong ngày tết ở Hàn Quốc?

"tteokguk" (canh bánh gạo)

2. Hãy chọn các từ ngữ thích hợp để điền vào chỗ trống trong các câu sau.

1) dương lịch
2) âm lịch
3) trang hoàng
4) giao thừa
5) thưởng thức
6) thiêng liêng

Bài 11. XÍCH LÔ HÀ NỘI

Phần 1. Ngữ Pháp

1. Thêm khoảng / độ / chừng vào các câu sau.

1) Năm nay chị ấy khoảng 50 tuổi.
2) Tuần trước anh ấy vừa thi chừng 4 môn.
3) Từ nhà tôi đến trường khoảng 12 km.
4) Giá đi xe xích lô ở Hà Nội độ 10 đô la 1 tiếng.
5) Chị ấy học tiếng Việt khoảng 5 năm rồi.

2. Ghép cột A với cột B, sử dụng cấu trúc "Cứ···là" để viết câu.

1-c) Cứ mùa đông là trời lạnh lắm.
2-e) Cứ đến tết là Hà Nội toàn hoa đào là hoa đào.
3-d) Cứ đến Hà Nội là tôi thuê xích lô đi dạo quanh phố cổ.
4-a) Cứ cần đi đâu ở Seoul là tôi dùng tàu điện ngầm.
5-b) Cứ vào giờ cao điểm là Hà Nội tắc đường.

3. Sử dụng "còn" để hoàn thành hội thoại sau.

A : Anh Jun, anh học ở Việt Nam trong bao lâu?

B : Anh ở Việt Nam trong 9 tháng. Anh đã học 8 tháng rồi, **còn 1 tháng nữa**.

A : Ồ, tháng sau anh về nước à? Anh muốn đi chơi không? Em đưa anh đi.

B : Anh sắp hết tiền rồi. Học bổng của anh là 2 triệu đồng, anh đã tiêu 1.7 triệu, anh chỉ **còn 300 nghìn đồng.**

A : Không sao. Chúng ta đi chơi ở những nơi miễn phí. Bây giờ đi nhé.

B : 2 giờ chiều anh có lớp học. Bây giờ là 10 giờ trưa. **Còn 4 tiếng nữa.** Chúng ta có kịp không?

A : Kịp. Chúng ta sẽ đi gần thôi. Đi đi.

4. Viết câu dựa trên thông tin cho trước.

1) Đi tàu điện ngầm nhanh nhưng lại đắt.

2) Đi xe đạp mất thời gian nhưng lại có ích cho sức khỏe.

3) Đi xe buýt tiện nhưng lại phải chờ lâu.

4) Đi taxi dễ chịu nhưng lại đắt quá.

5) Đi bộ vui nhưng lại mỏi chân.

5. Chọn một câu đáp phù hợp với câu nói cho trước.

1) b 2) c 3) a 4) a 5) a

6. Sử dụng "từng + danh từ + một" để hoàn thành các câu sau đây.

1) Giao thông đang ùn tắc vì cảnh sát kiểm tra **từng xe một.**

2) Mỗi lần đi mua hoa quả là chị ấy đều rất cẩn thận, chọn **từng quả một.**

3) Tôi đề nghị mọi người xếp hàng, **từng người một** mua vé.

4) Mỗi lần làm bài thi xong, chị ấy đều kiểm tra lại **từng câu một.**

5) Người lái xe xích lô giới thiệu tỉ mỉ cho chúng tôi **từng nơi một.**

Phần 2. Đọc Hiểu

1. Dựa vào bài đọc 1, bạn hãy sửa những thông tin sai (nếu có).

1) Đúng
2) Đúng
3) Sai
4) Đúng
5) Đúng
6) Sai
7) Sai
8) Đúng
9) Sai
10) Đúng

2. Dựa vào bài đọc 2 trả lời các câu hỏi sau.

1) Vì sao hệ thống giao thông công cộng ở Hàn Quốc rất nổi tiếng?
Vì hiện đại, tiện lợi, và dễ sử dụng.

2) Thời gian hoạt động của tàu điện ngầm ở Seoul như thế nào?
Thời gian hoạt động của tàu thường bắt đầu vào lúc 5 giờ 30 phút sáng và kết thúc khoảng 12 giờ đêm.

3) Người nước ngoài có thể đọc các bảng chỉ dẫn ở ga tàu điện ngầm không?
Người nước ngoài có thể đọc được các bảng chỉ dẫn ở ga tàu điện ngầm.

4) Ở Hàn Quốc, có phải chỉ Seoul có tàu điện ngầm không?
Ở Hàn Quốc, không phải chỉ Seoul có tàu điện ngầm mà ở các

thành phố như Busan, Deagu, Deajoen cũng có tàu điện ngầm.

5) Khi sử dụng các phương tiện giao thông công cộng ở Hàn Quốc, người đi xe phải trả tiền bằng cách nào?

Khi sử dụng các phương tiện giao thông công cộng ở Hàn Quốc, người đi xe phải trả tiền bằng thẻ giao thông.

Bài 12. VĂN MIẾU

Phần 1. Ngữ Pháp

1. Sử dụng cấu trúc "chẳng …. mấy" để đáp lại các câu sau.

1) A : Chị ơi, chị làm ơn cho em hỏi, từ đây đến Văn Miếu có xa không ạ?

   B : **Chẳng xa mấy.** Khoảng 1 cây.

2) A : Hôm nay đi tham quan từ sáng đến tối, cậu có mệt không?

   B : **Tớ chẳng mệt mấy.** Bình thường tớ vẫn đi bộ tập thể dục mà.

3) A : Vé vào cửa khu du lịch Văn Miếu giá bao nhiêu nhỉ?

   B : Giá vé bình thường là 30,000 đồng. **Chẳng đắt mấy.**

4) A : Cậu có biết gì về lịch sử Văn Miếu không?

   B : **Tớ chẳng biết mấy.** Cậu nên hỏi thầy giáo.

5) A : Anh đã ăn nước mắm Việt Nam bao giờ chưa? Có khó ăn không anh?

   B : Anh ăn rồi. Nước mắm **chẳng khó ăn mấy.** Em nên ăn thử một lần cho biết.

2. Điền từ thích hợp vào chỗ trống.

1) Hôm nay tôi được nghỉ hẳn **một buổi sáng** nên được ngủ thỏa thích.

2) Ôi, từ thành phố Vinh đến thành phố Đà Nẵng gần thế mà anh đi hẳn **máy bay** à?

3) Cậu có biết không, tớ vừa được gặp hẳn **hiệu trưởng** đấy.

4) Học bổng của cậu ấy đủ để mua hẳn **một cái máy tính.**

5) Anh ấy khỏe quá, có thể nâng hẳn **một cái ô tô.**

3. Sắp xếp từ thành câu.

1) Cô gái mà anh gặp hôm qua là chị gái của tôi.

2) Cửa hàng mà đông khách nhất là cửa hàng ngon nhất.

3) Khi mà anh ấy đến thì chị ấy rất vui.

4) Những bộ phim mà anh ấy đã xem đều rất nổi tiếng.

5) Chúng ta không nên ăn những món ăn mà có mùi lạ.

4. Ghép cột A với cột B, sử dụng "thì ra" để viết câu.

1-d) Em tưởng chị đi rồi, thì ra chị vẫn ở đây.

2-c) Muộn rồi mà em ấy vẫn chưa đi học, thì ra hôm nay cả trường nghỉ học.

3-b) Cả bữa ăn anh ấy ăn rất ít, thì ra cái gì cũng mặn.

4-e) Tôi thấy ông ấy chạy về nhà lấy ô, thì ra trời mưa to.

5-a) Cả ngày anh ấy không làm việc, thì ra máy tính bị hỏng rồi.

Phần 2. Đọc Hiểu

1. Em hãy giải thích các từ dưới đây.

1) quần thể

: tổ hợp kiến trúc được xây dựng đồng bộ, hợp lý

2) di tích

: dấu vết của quá khứ còn lưu lại

3) tiêu biểu

: hình ảnh cụ thể, có đủ những đặc tính rõ nét nhất của một cái gì đó

4) hàng đầu

: vị trí trước hết

5) biểu tượng

: hình ảnh tượng trưng

6) khôi phục

: làm cho đầy đủ trở lại

7) đối xứng

: có tính chất trùng với chính nó

8) nhân tạo

: do con người làm ra, không phải cái có trong tự nhiên

2. Dựa vào bài đọc, hãy trả lời các câu hỏi sau.

1) **Văn Miếu được xây dựng vào** thời gian nào?

Văn Miếu được xây dựng **tháng 10 năm 1070.**

2) Ở Văn Miếu thờ những ai?

Ở Văn Miếu thờ Khổng Tử, các bậc hiền triết của Nho giáo và thầy giáo Chu Văn An.

3) **Quốc Tử Giám được xây dựng để** làm gì?

Quốc Tử Giám được xây dựng để **làm nơi học của các hoàng tử, sau đó thu nhận cả học trò giỏi trong thiên hạ**.

4) Văn Miếu có mấy khu?

Văn Miếu có 5 khu.

5) Cung Cảnh Phúc được xây dựng vào năm nào?

Cung Cảnh Phúc được xây dựng vào năm 1395.

6) Trong cung Cảnh Phúc, ngai vàng của vua đặt ở đâu?

Trong cung Cảnh Phúc, ngai vàng của vua đặt ở Điện Cần Chính (Geunjeongjeon).

7) Cung Cảnh Phúc là nơi hoạt động triều chính chính thức của các triều đại thuộc vương triều nào?

Cung Cảnh Phúc là nơi hoạt động triều chính chính thức của các triều đại thuộc vương triều Joseon.

Bài 13. TIẾNG VIỆT

Phần 1. Ngữ Pháp

1. Hoàn thành câu theo mẫu.

1) Anh ấy vừa học phát âm tiếng Việt đã kêu khó.
2) Sách của chị ấy vừa xuất bản đã hết hàng.
3) Em vừa vào lớp cô giáo đã kiểm tra bài tập.
4) Chị ấy vừa biết đánh vần chữ tiếng Hàn đã muốn đọc cả quyển sách.
5) Cô ấy vừa học nấu ăn đã nấu được rất nhiều món ăn ngon.

2. Viết tiếp các câu sau (học sinh tự làm).

3. Thêm "được / mất" vào những câu sau sao cho hợp lí.

1) Sau 1 học kì, tôi đã nói **được** một ít tiếng Việt.
2) Bạn ấy đã quên **mất** số điện thoại của tôi.
3) Cửa hàng ấy suốt từ sáng đến giờ không bán **được** sản phẩm nào.
4) Em ấy trông mệt mỏi quá. Em ấy ốm **mất.**
5) Cuộc họp hôm nay thiếu **mất** 2 người.
6) Em muốn đọc quyển sách ấy mà chị lại cho người khác mượn **mất.**
7) Em đã ôn tập bài rất nhiều lần mà chưa nhớ **được.**
8) Hôm qua tôi bị kẻ trộm lấy **mất** ví tiền.
9) Chị đi ngay đi không thì muộn **mất.**
10) Anh nhìn này, em mua **được** cái túi đẹp lắm.

4. Sử dụng "có lẽ" để đáp lại câu nói cho trước (học sinh tự làm).

Phần 2. Đọc Hiểu

1. Em hãy tìm nghĩa của các từ ngữ sau.

1) tiếng mẹ đẻ:

ngôn ngữ dân tộc mình, trong quan hệ đối lập với các ngôn ngữ khác

2) từ thuần Việt :

từ thuần gốc của tiếng Việt

3) từ mượn :

từ vay mượn từ tiếng nước ngoài (ngôn ngữ cho) để làm phong phú thêm cho vốn từ vựng của ngôn ngữ nhận

4) chữ quốc ngữ :

chữ viết ghi âm của tiếng Việt, được tạo ra trên cơ sở hệ chữ cái Latin

2. Dựa vào bài đọc, hãy trả lời các câu hỏi sau.

1) **Trong tiếng Việt**, có bao nhiêu nguyên âm và phụ âm?

Tiếng Việt **có 16 nguyên âm và 23 phụ âm**.

2) Bảng chữ cái tiếng Việt có bao nhiêu chữ cái?

Bảng chữ cái tiếng Việt có 29 chữ cái.

3) **Trong tiếng Việt, từ mượn** tiếng nào là nhiều nhất?

Trong tiếng Việt, từ mượn **tiếng Hán là nhiều nhất**.

4) Trật tự câu của tiếng Việt là gì?

Trật tự câu của tiếng Việt là chủ ngữ - động từ - bổ ngữ.

5) Từ trước đến nay, người Việt đều dùng chữ quốc ngữ phải không?

Không, trước đây, người Việt Nam sử dụng chữ Hán và chữ Nôm để ghi tiếng Việt.

6) Hiện nay, chữ nào được công nhận là chữ chính thức của người Việt?

Hiện nay, chữ quốc ngữ được công nhận là chữ chính thức của người Việt.

7) Chữ tiếng Hàn còn có tên gọi nào khác?

Chữ tiếng Hàn còn có tên gọi khác là Hangeul.

8) Chữ tiếng Hàn được phát minh vào năm bao nhiêu? Do ai phát minh?

Chữ tiếng Hàn được vua Sejong phát minh vào năm 1443.

9) Bảng chữ cái tiếng Hàn có bao nhiêu kí tự?

Bảng chữ cái tiếng Hàn có 51 kí tự.

10) Hãy so sánh về mặt ngữ âm, từ vựng, ngữ pháp giữa tiếng Việt và tiếng Hàn.

Ngữ âm: Tiếng Việt có 23 phụ âm (được viết bằng 27 chữ và tổ hợp chữ), 16 nguyên âm, trong đó có 13 nguyên âm đơn (được viết bằng 12 chữ và 1 tổ hợp chữ), 3 nguyên âm đôi (được viết bằng 8 tổ hợp chữ), 6 thanh điệu.

Tiếng Hàn có 21 nguyên âm và 19 phụ âm.

Từ vựng: Cả tiếng Việt và tiếng Hàn đều có từ thuần và từ mượn. Trong đó số lượng từ mượn từ tiếng Hán đều chiếm số lượng lớn. (Trong tiếng Việt từ mượn tiếng Hán chiếm 65%, trong tiếng Hàn từ mượn tiếng Hán chiếm 50%)

Ngữ pháp: Tiếng Việt có trật tự chủ ngữ - động từ - bổ ngữ.

Tiếng Hàn có trật tự chủ ngữ - bổ ngữ - động từ.

3. Hãy chọn các từ ngữ thích hợp để điền vào chỗ trống trong các câu sau.

1) tiếng mẹ dẻ

2) nguyên âm

3) phụ âm

4) chữ cái

5) từ mượn

6 ngữ âm

7) từ vựng

8) Ngữ pháp

9) ngôn ngữ thứ hai

10) thanh điệu

Bài 14. THÀNH PHỐ HỒ CHÍ MINH

Phần 1. Ngữ Pháp

1. Dùng "với" để đề nghị khi.

1) Em bé muốn ăn kem cùng các bạn. (Tớ ăn kem với)

2) Chị ấy muốn ngồi cùng các bạn. (Tớ ngồi với)

3) Bạn muốn bạn mình lấy giúp quyển sách. (Lấy giúp mình quyển sách với.)

4) Anh ấy muốn đá bóng cùng các em khoá dưới. (Anh đá bóng với)

5) Em ấy muốn đi dã ngoại cùng các bạn. (Tớ đi dã ngoại với)

2. Dùng kết cấu "không thể··· vào đâu được" và các động từ ngồi, viết, chê, trồng, để để hoàn thành các câu sau.

1) Anh ấy hát hay quá, không thể chê vào đâu được.

2) Ô tô đông người quá, không thể ngồi vào đâu được.

3) Trên bảng đã kín chữ rồi, không thể viết vào đâu được.

4) Tủ giày đã hết chỗ rồi, không thể để vào đâu được.

5) Vườn này nhiều cây quá rồi, không thể trồng vào đâu được.

3. Dùng cấu trúc "không hề" để phủ định các ý sau đây.

1) Bạn biết anh ấy sẽ kết hôn. (Tôi không hề biết anh ấy sẽ kết hôn.)

2) Anh ấy ăn những món cô ấy nấu. (Anh ấy không hề ăn những món cô ấy nấu.)

3) Em ấy viết thư cho anh ấy. (Em ấy không hề viết thư cho anh ấy.)

4) 2 tháng nay, trời mưa. (2 tháng nay, trời không hề mưa.)

5) Cô ấy cười với anh ấy. (Cô ấy không hề cười với anh ấy.)

4. Hoàn thành câu theo mẫu cho trước.

1) Trời mưa à? Thế thôi, ở nhà vậy.

2) Cậu không biết lái xe à? Thế thôi, chúng mình gọi taxi vậy.

3) Anh bận à? Thế thôi, em hủy vé xem phim vậy.

4) Xe máy hỏng mất rồi. Thế thôi, đi xe buýt vậy.

5) Áo này đắt quá. Thế thôi, mua cái khác vậy.

5. Bạn khuyên bạn của bạn như thế nào trong các trường hợp sau (sử dụng "Theo mình thì").

1) Theo mình thì bạn nên chăm học hơn.

2) Theo mình thì bạn không nên nói dối bố mẹ.

3) Theo mình thì bạn nên đến bệnh viện để khám.

4) Theo mình thì bạn không nên buồn.

5) Theo mình thì bạn nên tìm hiểu về Busan trước.

6. Hoàn thành các hội thoại sau đây (học sinh tự viết).

Phần 2. Đọc Hiểu

1. Dưa vào bài đọc, hãy trả lời các câu hỏi sau.

1) Vì sao **trước đây thành phố Hồ Chí Minh được gọi là hòn ngọc Viễn Đông**?

Vì vào đầu thế kỉ XX, khi người Pháp vào Đông Dương, thành phố trở nên sầm uất, lộng lẫy hơn.

2) **Thành phố có tên là Hồ Chí Minh chính thức** từ bao giờ?

Thành phố có tên là Hồ Chí Minh chính thức **từ năm 1976**.

3) Hãy kể những đặc điểm "nhất cả nước" của thành phố Hồ Chí Minh.

- Dân số đông nhất cả nước.
- Là thành phố có kinh tế phát triển nhất cả nước.
- Là thành phố thu hút du lịch lớn nhất cả nước.

4) Hiện nay, thành phố Hồ Chí Minh đang phải đối mặt với những vấn đề gì?

Hiện nay, thành phố Hồ Chí Minh đang phải đối mặt với các vấn đề về môi trường và giao thông công cộng.

5) Thành phố Busan nổi tiếng nhất vì điều gì?

Thành phố Busan nổi tiếng nhất với bãi biển Haeundae.

6) Thành phố Hồ Chí Minh và thành phố Busan có quan hệ gì? Từ bao giờ?

Thành phố Hồ Chí Minh và thành phố Busan có quan hệ kết nghĩa. Từ tháng 11 năm 1995.

2. Hãy chọn các từ ngữ thích hợp để điền vào chỗ trống trong các câu sau.

1) chính thức

2) đầu mối

3) đa dạng

4) thập niên

5) tình trạng

6) đối mặt

7) hàng ngàn

8) kết nghĩa

9) khăng khít

10) hàng đầu

Bài 15. NGHỆ THUẬT

Phần 1. Ngữ Pháp

1. Hoàn thành các câu sau theo mẫu.

1) Anh ấy học mãi mà không tốt nghiệp.

2) Chị ấy thi lái xe mãi mà không đỗ.

3) Nó tắm mãi mà không xong.

4) Chị ấy hứa mãi mà không thực hiện lời hứa.

5) Họ yêu nhau mãi mà không kết hôn.

2. Hoàn thành các câu sau theo mẫu.

1) Cô giáo giải thích mãi mà học sinh không hiểu.

2) Nhân viên làm đi làm lại mãi mà giám đốc không hài lòng.

3) Chị ấy đợi mãi mà anh ấy không về.

4) Mẹ nói mãi mà con không nghe.

5) Anh ấy sửa mãi mà máy tính không ổn.

3. Thêm "chỉ⋯thôi" vào các câu sau sao cho phù hợp.

1) Anh ấy chỉ mua sách văn học thôi.

2) Cả tuần anh ấy chỉ nghỉ ngày chủ nhật thôi.

3) Bài này em chỉ hiểu phần hội thoại thôi.

4) Nhạc cổ truyền Việt Nam em chỉ thích quan họ thôi.

5) Cô ấy chỉ xem kịch cùng bạn trai thôi.

4. Liệt kê các sự vật để hoàn thành các câu sau (sử dụng … này):

(Học sinh tự làm).

5. Hoàn thành các câu sau đây (Học sinh tự làm).

6. Viết tiếp các câu sau, thêm các tính từ cùng "ơi là" sao cho phù hợp.

1) Chị ấy hát hay ơi là hay, em nghe mãi mà không chán.
2) Mấy hôm nay trời khô ơi là khô, em dùng kem dưỡng mà chân tay vẫn bị nẻ.
3) Ở đây mọi người đều rất lịch sự, giữ yên tĩnh, mà chị ấy vẫn nói to làm em ngại ơi là ngại.
4) Tiếng Việt dễ ơi là dễ, tôi có thể tự học được.
5) Cái điện thoại này bền ơi là bền, dùng mãi mà không hỏng.

7. Điền các phó từ chỉ tần số vào các câu sau.

1) Hàng ngày, tôi **thường** đi làm lúc 7 rưỡi.
2) Chị ấy **hay** nói dối nên tôi không thích.
3) Em **hiếm khi** gặp anh ấy nhưng em vẫn **thỉnh thoảng** gọi điện cho anh ấy.
4) Em ấy có **hay** gọi điện cho cô không?
   Không, **thỉnh thoảng** thôi.
5) Chị ấy rất khó tính. **Hiếm khi** chị ấy cười.
6) Cậu đi uống cà phê với tớ nhé. **Ít khi** chúng mình có dịp gặp nhau như thế này.
7) **Hiếm khi** chị ấy ra ngoài vào buổi tối.
8) Anh ấy là người hiếu thảo nên **thường xuyên** gọi điện hỏi

thăm bố mẹ.

9) Cô ấy là cô giáo đúng giờ nhất mà tôi từng gặp, cô ấy **thường** đến lớp trước giờ vào lớp 5 phút.

10) Tôi sống ở nhà trọ này không thoải mái lắm vì **thường** họ đóng cửa nhà lúc 9 giờ tối.

Phần 2. Đọc Hiểu

1. Dựa vào bài đọc, hãy trả lời các câu hỏi sau.

1) Hãy kể tên một số loại **âm nhạc cổ truyền của người Việt tại Việt Nam**.

Chầu văn, quan họ, ca trù, hát ví, dân ca, vọng cổ, nhạc cung đình,...

2) Hình thức âm nhạc nào của Việt Nam đã được UNESCO vinh danh là văn hoá phi vật thể của nhân loại?

Quan họ, ca trù, nhã nhạc cung đình Huế và không gian văn hoá Cồng Chiêng Tây Nguyên (bao gồm cả âm nhạc Cồng Chiêng) được UNESCO vinh danh là di sản văn hoá phi vật thể của nhân loại.

4) Hãy kể tên một số hình thức sân khấu cổ truyền của người Việt Nam?

Múa rối nước, nghệ thuật chèo, cải lương, tuồng⋯

5) Múa rối nước là nghệ thuật tổng hoà của các loại hình nghệ thuật nào?

Múa rối nước là nghệ thuật tổng hoà của các nghệ thuật điêu khắc, sơn mài, âm nhạc, hội hoạ và văn học.

6) Âm nhạc truyền thống Hàn Quốc được chia thành mấy loại? Có

tên là gì?

Âm nhạc truyền thống Hàn Quốc được chia thành 2 loại là jeonggak và minsoga.

7) Múa cung đình và múa bình dân ở Hàn Quốc khác nhau như thế nào?

Múa cung đình có những động tác chậm rãi và uyển chuyển còn múa dân gian lại phản ánh cảm xúc say mê, lãng mạn, tự do và thanh thoát của giới bình dân.

2. Hãy chọn các từ ngữ thích hợp để điền vào chỗ trống trong các câu sau.

1) cổ truyền

2) di sản

3) dân gian

4) tổng hòa

5) giai điệu

6) cử hành

7) cung đình

8) mặt nạ

Bài 16. ÔN TẬP

Bài 1. Chọn đáp án đúng điền vào chỗ trống.

1) c. không thể
2) d. a, b, và c
3) b. ghét
4) c. đèn ông sao
5) c. Ngoại ngữ
6) d. mệt
7) d. cứ
8) b. đã
9) d. b và c
10) e. a, b và c

Bài 2. Dựa vào nội dung các bài đọc đã học, tìm một thông tin sai trong mỗi câu dưới đây và sửa lại thành thông tin đúng.

1) áo dài truyền thống -> áo tứ thân
2) lễ cầu an -> lễ cầu thần
3) ngày mãn niên -> ngày tất niên
4) phương tiện giao thông hiện đại -> phương tiện giao thông thô sơ
5) vua Chu Văn An -> thầy giáo Chu Văn An
6) người Việt -> người châu Âu
7) diện tích -> ***bỏ đi***
8) vọng cổ -> ca trù

Bài 3. Viết tiếp để hoàn thành các câu sau (học sinh tự làm).

Bài 4. Sắp xếp các từ thành câu hoàn chỉnh.

1) Cả tôi lẫn anh ấy đều thích nghe quan họ.
2) Phim này không hay, hay là chúng mình xem phim khác.

3) Bố anh ấy cao, anh ấy lại thấp.

4) Anh ấy tháng sau mới từ Việt Nam về.

5) Chị ấy cẩn thận đếm từng tờ một.

Bài 5. Ghép thông tin cột A với cột B sao cho phù hợp.

1-b

2-e

3-d

4-a

5-c

Bài 6. Điền các phó từ chỉ tần suất vào đoạn văn sau.

Hàng ngày, tôi **thường** thức dậy vào lúc 6 giờ sáng. Tôi **luôn** ăn sáng ở nhà lúc 7 giờ, trừ khi tôi phải đi công tác sớm. Tôi thích ăn sáng ở nhà vì vợ tôi **thường** nấu những món rất ngon. **Thỉnh thoảng** vợ tôi đi vắng, tôi phải ăn ở ngoài. Tôi **không bao giờ** ăn sáng ở công ty, vì tôi **luôn** đến công ty đúng giờ làm việc. Buổi chiều, **ít khi** tôi đón con vì tôi kết thúc công việc muộn. Nhưng **thỉnh thoảng** tôi đón con, và con tôi rất vui khi nhìn thấy bố. Chúng tôi **hay** nói chuyện về các hoạt động trên lớp của con, và kế hoạch của hai bố con vào cuối tuần. Nhưng nó **ít khi** kể cho tôi nghe về tình cảm bạn bè của nó. Chắc là nó tin tưởng mẹ nó hơn.

Bài 7. Chọn một câu sai trong các câu dưới đây.

c. Tôi không thích không những mùa hè mà còn mùa xuân.

d. Bài học khó quá em không làm xuể.

b. Cứ mưa phùn là độ ẩm cao và mùa xuân.

d. Anh ấy kiếm mất khoản tiền lớn.

d. Vợ vừa đi vắng anh ấy toàn đã rủ bạn bè đi chơi.

Bài 8. Dựa vào bài hội thoại sau, thực hiện những hội thoại tương tự với các chủ đề gợi ý (thay thế thông tin ở những phần gạch chân) .

1)

A: Tết trung thu của người Việt Nam vui quá.

B: Ừ, tết trung thu là ngày 15 tháng 8 âm lịch, và có những phong tục rất hay.

A: Phong tục gì thế? Mình chưa biết.

B: À, vào ngày tết trung thu, mọi người thường bày mâm ngũ quả, trẻ em rước đèn ông sao, phá cỗ trông trăng.

A: Ở Hàn Quốc không như thế *(học sinh tự bổ sung thông tin)*. Vào ngày tết trung thu, người Việt Nam ăn gì?

B: Người Việt ăn bánh nướng, bánh dẻo. Ngoài ra còn có các loại quả mùa thu như bưởi, hồng…

A: Chỉ nghe thôi mà đã thấy ngon rồi.

2)

A: Tết hàn thực của người Việt Nam vui quá.

B: Ừ, tết hàn thực là ngày mùng 3 tháng 3 âm lịch, và có những phong tục rất hay.

A: Phong tục gì thế? Mình chưa biết.

B: À, vào ngày tết hàn thực mọi người thường làm bánh trôi, bánh chay và thắp hương.

A: Ở Hàn Quốc không như thế ***(học sinh tự bổ sung thông tin)***. Vào ngày tết hàn thực, người Việt Nam ăn gì?

B: Người Việt ăn bánh trôi, bánh chay. Ngoài ra còn có xôi chè…

A: Chỉ nghe thôi mà đã thấy ngon rồi.

부록단어

Vịnh Hạ Long

A

ảnh hưởng	영향을 미치다	ảo	가상, 사이버

Ă

ăn hỏi	약혼식

Â

ấn tượng	인상적인

B

bậc hiền triết	성현	bậc	정도, 단계, 급
bác	- 큰아버지 (아버지의 형) - 큰아버지의 아내 - 어머니의 언니의 남편	bãi bồi	범람원
bãi cát	모래사장	bái tạ	절하다
bản đồ	지도	bận rộn	바쁜
bàn thờ	제단	bánh (xe)	바퀴
bao bọc	주위를 둘러싸다	bảo tồn	보존하다
bập bênh	시소	bất cứ	~든지 모두
bay thẳng	직항	(bị) dột	물이 새다

bia đá	석비	biểu diễn	공연하다
biểu tượng	상징	bình tĩnh	침착하다
bình yên	평온한	buồng kín	봉쇄된 방

C			
Cách mạng tháng Tám	8월 혁명	cách mạng	혁명
cách tân	개량, 혁신하다	cải thảo	배추
cải lương	개량극	cảm xúc	감정
cạnh tranh	경쟁	cao đẳng	3년제 대학
cầu kỳ	자연스럽지 않은, 이상한	cầu kỳ	화려한, 복잡한
cầu thần	신에게 빌다	cậu	외삼촌
chạm khắc gỗ	나무 조각하다	chạm trổ	조각하다
cô dâu	신부	cố định	고정되다
cổ kính	고풍스러운	cổ truyền	전통적인
cối	절구	con khỉ	원숭이
con rồng	용	con út	막내
công diễn	공연하다	công lập	공립
công sở	직장	cổng	문
cột	기둥	củ cải	무
cực kì	극히	cúi chào	고개를 숙여 인사하다

cúng (lễ)	제사를 지내다	cúng bái	예배
cung kính	공손한		

CH

chái	곁채	chậm rãi	느린, 여유있는
chấm	찍다	chắn bùn	흙먼지를 막는 바퀴덮개
chất liệu	재료	chầu văn	노래하다, 찬양하다
chạy	달리다, 이어지다	che chở	보호하다
che nắng	햇빛을 막다	chỉ dẫn	안내(하다)
chia lìa	이별하다	chia thành	나누다
chiết eo	허리 크기를 줄이다	chiếu	상영하다 / 돗자리
chim nhạn	제비	chim sơn	꾀꼬리
chính quy	정규	chở	수송하다 / 태워주다
chú rể	신랑	chủ yếu	주요한
chùm chuông đá	돌로 만들어진 종 묶음	chùm	덮다
chuyển động	이동(하다)	chuyên nghiệp	전문의
chú	- 작은아버지 (아버지의 남동생) - 아저씨 (사회적) - 고모의 남편 - 이모의 남편	cỏ tranh	여러해살이풀

D

dải dây	끈	dải	띠
dân ca	민요	dân cư	인구
dân lập	사립	dân tộc thiểu số	소수민족
dán	붙이다	dãy	열, 행렬
di sản văn hoá phi vật thể của nhân loại	인류의 무형문화재	di tích lịch sử	유적지
dì	이모	dọc theo	~를 따라
dốc	경사가 진	dọc	나란히
dòng bố	아버지의 성	dòng họ	일가
dò	탐지하다	dự đoán	예측하다
duyên dáng	여성스러운	duyên hải	연해

Đ

đặc trưng	특징, 특성	đậm	진한
đạo	도교	đầu óc	머리 (두뇌)
đấu vật	씨름	đêm giao thừa	섣달 그믐밤 (제야)
điểm tích lũy	누적 학점	điển hình	전형적인
điêu khắc	조각, 조소	độ tuổi	연령대
độc đáo	독특한	độc tấu	독주하다
đồi núi	산	đối xứng	대칭적인, 균형잡힌

đón giao thừa	섣달 그믐 맞이	đón gió	바람을 맞다
đóng một vai trò	역할을 하다	đốt	태우다
đổ	오다, 상륙하다, 쏟다	đu dây	그네타다
đu quay	그네	đức trọng	Đức cao vọng trọng (德高重望, 덕고중망, 사람들에게 많은 사랑과 존경을 받는 덕 있는 사람)

G

gác xép	다락	gạch	벽돌
gắn kết	응집하다, 유착하다	gả	시집 보내다
gỗ sồi	참나무 목재	gỗ thông	소나무 목재
gọng	뼈대	gót	발 뒷꿈치
gõ	두드리다, 치다		

GH

ghềnh đá	주상절리

GI

gia đình hạt nhân	핵가족	gia đình nội ngoại	양쪽 집안의 가족
gia tiên	조상	gia tộc	가족

giai điệu	멜로디	giáo huấn	교훈
giao nhau	교차하다	giao thừa	한 해가 넘어가는 시간
giáp với	접해있다	giã	찧다
giờ hoàng đạo	길조의 시간		

H

hải ngoại	해외	hầm	음식을 약한 불로 오랫동안 끓이다
hành chính	행정	hấp thụ	흡수하다
hát lượn	애정을 노래한 노동요	hệ thống giáo dục	교육제도
hệ	체계	hình thành	형성하다
hoa đào	복숭아꽃	hoài cổ	회상적인
hoàn chỉnh	완벽한, 완전한	hoàng hậu	황후
hoàng tộc	왕족	hoàng tử	왕자
học bổng	장학금	học trò	제자
hội họa	회화, 그림	hòn ngọc	옥 (구슬)
hốt	쓸어 담다	hữu ích	유익한

K

kén chọn	고르다	kết nghĩa	결의
kê	두다	kí tự đơn	단일 문자(single character)

kí tự kép	복합 문자 (compound character)	kí tự	문자
kì vĩ	거대한	kiêng	피하다
kiểu	양식	kinh đô	수도 / 경성

KH

khai giảng	개강(하다)	khăng khít	굳게 맺어진
khoác	입다	khối nhân văn	인문계열
khôi phục	복구하다	khơi	광활한 바다
khổ	불행한, 고생의	khung cảnh	배경, 풍경, 광경
khuyết tật	장애가 있는		

L

lá dừa nước	야자나뭇잎	làm đàm cưới	결혼식을 치르다
lân cận	인근	lần lượt	차례대로
lấp lánh	반짝반짝 (빛나다)	lầu	여러 층의 집 / 누각
(lễ) chạm ngõ	전통 약혼식	lễ đính hôn	약혼식
lễ giao bôi	합근례	lí tưởng	이상적인
liên kết	연결하다	liền kề	인접
linh mục	성직자, 사제, 선교사	lò nướng	오븐
lò vi sóng	전자레인지	loại hình	유형
lọng	산(繖) (큰 우산 (고어))	lộng lẫy	호화로운

lông mi	속눈썹	lọng	큰 우산(고어)
lợp	지붕을 얹다	luận án	논문
lướt sóng	서핑	lướt ván	수상스키
lưu truyền	유전되다, 전해지다		

M

mà thôi	~뿐이다	mái nhà	지붕
mầm non	유치원	mâm	쟁반
mạng	인터넷, 통신망	mẫu giáo	유치원
máy điều hoà	에어컨	máy đọc thẻ	단말기
máy xay sinh tố	믹서기	may	재봉하다
mẹ đẻ	어머니	mềm mại	부드러운
men theo	~를 따라	men	효모, 발효하다
minh mẫn	통찰력 있는, 명료한, 총명한	một lượt	한 번
mợ	외숙모	muối	소금물에 절인
mứt	말린 과일, 채소		

N

năng động	능동적인	nét	인상, 용모, 형태, (글자) 획
nỗ lực	노력	nỗi nhớ	그리움

nông nghiệp	농업	nơ	리본
nước mắm	액젓		

NG

ngai	왕좌	ngâm	담그다
ngành	전공	nghệ sỹ	예술가
nghiệp dư	아마추어의	ngọn	산을 세는 단위명사
ngữ âm	음운	nguyên âm đôi	이중모음
nguyên âm đơn	단모음	nguyên âm	모음

NGH

nghi lễ	의례	nghi thức	의식
nghiện	중독되다		

NH

nhà mái ngói	기와집	nhà rơm	초가집
nhà trẻ	유치원	nhạc đỏ	레드음악 (베트남전쟁때의 음악)
nhào lộn	공중제비하다	nhịp	박자, 장단
nhộn nhịp	왁자지껄하고 시끄러운, 활기 넘치는		

Ô

ôm sát	착 달라붙다	ông bà nội	친할아버지, 할머니
ống	파이프 관		

Ơ

ở chung	같이 살다	ở riêng	따로 살다

P

phá hủy	파괴하다	phản ánh	반영하다
phân cấp	등급을 매기다	phản	판자로 된 침대
pháp sư	법사	phong bao	봉투
phong tục	풍습	phụ âm	자음
phủ Gia Định	쟈딩 시(성,부)	phù sa	충적토
phúc lộc	행복과 부		

Q

quan họ Bắc Ninh	박닝성 민요	quần ống rộng	통이 큰 바지
quần thể	군체	quy hoạch	구획하다, 계획하다
quỳ vái	절을 하다		

R

rậm rạp	울창한	rau sống	생야채
rõ rệt	분명한	rơi vãi	빠뜨리다
rơm rạ	짚	rực rỡ	빛나는, 찬란한
rủ	권유하다		

S

sặc sỡ	다채로운	sầm uất	번화한, 발달한
sân khấu	무대	sẵn lòng	기꺼이, 준비된
sản phẩm	제품	sáng bóng	빛나는
sơ đồ	지도 (노선)	sơn mài	옻칠 공예품
song hỷ	쌍희(雙喜)	sự hài hoà	조화
sưởi	따뜻하게 하다	suông	(통이) 널널한
sướng	운이 좋은	sườn	산허리

T

tà ma	귀신	tách	나누다
tái tạo	다시 만들다, 개조하다	tấm bia	비석
tấm đá	바위판	tam đại đồng đường	삼대가족
tầm nhìn	시야	tẩm	젖다, 젖어들다, 깊이 스며들다
tan học	수업이 끝나다	tân nhạc	신 음악, 근대 음악

tàn phá	파괴하다	tầng lớp trí thức	지식층
tăng lữ	승려	tạo nên	조성하다
tao nhã	우아한	tạo thành	조성하다
tất niên	망년	tà	옷자락
tỉ lệ	비율	tiền chiến	전전(前戰)음악
tiến hành	거행하다	tiến lên	앞으로 가다
tiến sĩ	박사	tiền thân	전신
tình khúc	구애가, 사랑가	tình trạng	상태
tổ hợp chữ	합성어	tò mò	궁금하다, 호기심 있다
tứ đại đồng đường	사대가족	từ mượn	외래어
tự nhiên	자연, 천연	tư thế	자세
từ thuần	순 우리말	tứ trụ	사주 (四柱)
từ từ	천천히, 서서히	tư vấn	상담하다
tương đối	상대적인	tượng trưng	상징하다
tuyển	선택하다		

TH

thuộc địa	식민지	thạc sĩ	석사
tham dự	참가하다	thắng cảnh	아름다운 풍경
thắng thua	승패	thánh hiền	성현, 성인, 현인

thanh thoát	자유로운, 가벼운	thanh tre	대나무 조각
thanh	깨끗하고 맑은 (맛)	thắt chặt	꼭 매다
thế hệ	세대	thề nguyền	맹세(하다)
thị trấn	읍(도시)	thích nghi	순응하다
thiên hạ	천하 (백성)	thiêng liêng	신성한
thiết triều	국왕 알현	thím	숙모
thơ mộng	시적인	thơ mộng	시적인
thô sơ	원시적인	thóc gạo	벼
thóc	벼	thổi xôi	찹쌀밥을 짓다
thủ công mĩ nghệ	수공예	thu hút	매혹시키다, 흡수하다
thuận lợi	편리하다	thuật ngữ	술어(術語)
thùng xe	씩로 뒷좌석	thưởng thức	음미하다, 감상하다

TR			
trải dài	길게 뻗치다	trải nghiệm	체험하다
trải qua	경과하다	trải sẵn	미리 깔다
trái tim	심장	trầm tĩnh	차분한
trang hoàng	요란한	trang phục	복장
trang trí	장식하다, 꾸미다	trang trọng	장중한
trật tự	질서	triều chính	조정
triều đại	왕조	trọng tâm	중심(重心)

trục chính	주축	trưng bày	전시하다
trung du	구릉지	truyền theo	~을 따라가다

U

uyển chuyển	유연한, 나긋한		

Ư

ưa chuộng	선호하다	ướp	(양념에) 절이다, 섞다

V

vách đất	흙벽	vái lạy	경배
vải lụa	비단 원단	vai	어깨
vải	천	vật liệu tự nhiên	천연 자재
vật liệu xây dựng	건축자재	váy xòe	플레어스커트
ven	~을 따라가다	vị thần hộ mệnh	수호신
vinh danh	영광을 얻다	vội vã	서두르다
vòng	바퀴		

X

xâm lược	침략하다	xe điện	전기차
xe hoa	웨딩카	xẻng	삽
xét	판단하다	xẻ	쪼개다
xông nhà	새해맞이 첫 손님 풍속	xứ sở	국토
xua đuổi	내쫓다	xưng hô	호칭
xung khắc	상극이다	xuyên Việt	베트남 일주

Y

yên tâm	안심하다	y	의학

Tiếng Việt và Văn Hoá Việt Nam

베트남어 중급

베트남어로 만나는 베트남 문화

초판 인쇄	2017년 12월 22일
초판 발행	2017년 12월 30일
지은이	전혜경 · Đỗ Hồng Dương
발행인	김인철
총괄 · 기획	가정준 Director, University Knowledge Press
편집장	신선호 Executive Knowledge Contents Creator
도서편집	박현정 Contents Creator
전자책편집	이리나 e-Contents Creator
재무관리	김은혜 Managing Creator
마케팅 파트장	백승이 Chief Marketing Creator
마케팅	박종원 Marketing Creator
발행처	한국외국어대학교 지식출판원 02450 서울특별시 동대문구 이문로 107 전화 02)2173-2493~7 팩스 02)2173-3363 홈페이지 http://press.hufs.ac.kr 전자우편 press@hufs.ac.kr 출판등록 제6-6호(1969. 4. 30)
디자인 · 편집	(주)이환디앤비 02)2254-4301
인쇄 · 제본	네오프린텍 02)718-3111

ISBN 979-11-5901-274-7 13730 정가 24,000원

*잘못된 책은 교환하여 드립니다.

불법복사는 지적재산을 훔치는 범죄행위입니다.

저작권법 제136조(권리의 침해죄)에 따라 위반자는 5년 이하의 징역 또는 5천만 원 이하의 벌금에 처하거나 이를 병과할 수 있습니다.

HUINE은 한국외국어대학교 지식출판원의 어학도서, 사회과학도서, 지역학 도서 Sub Brand이다. 한국외대의 영문명인 HUFS, 현명한 국제전문가 양성(International +Intelligent)의 의미를 담고 있으며, 휴인(携引)의 뜻인 '이끌다, 끌고 나가다'라는 의미처럼 출판계를 이끄는 리더로서, 혁신의 이미지를 담고 있다.